கடைசியாக ஒரு முறை

கடைசியாக ஒரு முறை

அரவிந்தன் (பி.1964)

இதழாளர், எழுத்தாளர், மொழிபெயர்ப்பாளர்.

இதழியல் துறையில் 32 ஆண்டுக் கால அனுபவம் கொண்டவர். இந்தியா டுடே, காலச்சுவடு, சென்னை நம்ம சென்னை, நம் தோழி, தி இந்து தமிழ், டைம்ஸ் ஆஃப் இந்தியா ஆகிய இதழ்களில் பணியாற்றியுள்ளார். தற்போது காலச்சுவடு பதிப்பகத்தின் பதிப்பாசிரியராகப் பணியாற்றி வருகிறார்.

இலக்கியம், தத்துவம், பெண் உரிமை, அரசியல், மொழி, திரைப்படம், கிரிக்கெட் ஆகியவை குறித்த கட்டுரைகளை எழுதிவருகிறார்.

சிறுகதைகள், நாவல், இலக்கிய விமர்சனக் கட்டுரைகள், அரசியல் விமர்சனம், மொழிபெயர்ப்பு, மகாபாரதச் சுருக்கம், திரைப்படம், கிரிக்கெட் குறித்த கட்டுரைகள் என இதுவரை 24 நூல்கள் வெளியாகியுள்ளன.

பால சரஸ்வதி மொழியாக்க நூலுக்கு 'கனடா இலக்கியத் தோட்டம்' வழங்கும் சிறந்த மொழிபெயர்ப்பு நூலுக்கான விருதைப் (2017) பெற்றிருக்கிறார்.

ஆசிரியரின் பிற நூல்கள்

- வானப்பிரஸ்தம் – சிறுகதைகள் (2001)
- குளியலறைக்கு வெளியே சத்தம் கேட்டுக்கொண்டிருக்கிறது – சிறுகதைகள் (2006)
- சுட்டி மகாபாரதம் (2006)
- தாமரை இலைமீது ததும்பும் சொற்கள் – இலக்கிய விமர்சனம் (2006)
- ராணியுடன் ஒரு தேநீர் விருந்து – மொழிபெயர்ப்பு (வெல்ஷ் மொழிச் சிறுகதைகள், 2011)
- கனவின் யதார்த்தப் புத்தகம் – கட்டுரைகள் (2011)
- கேளிக்கை மனிதர்கள் – திரை, நிகழ்த்துகலை குறித்த கட்டுரைகள் (2013)
- பயணம் – நாவல் (2014)
- பொன்னகரம் – நாவல் (2015)
- இதுதான் உங்கள் அடையாளமா? – திரைக் கட்டுரைகள் (2018)
- நெகிழும் வரையறைகள் விரியும் எல்லைகள் – படைப்புகள், படைப்பாளிகள், போக்குகள் (2019)
- ஒரு சொல் கேளீர்! – தமிழைப் பிழையின்றி எழுதுவதற்கான தேடல் (2019)
- உயிர்பெறும் புனைவுச் சித்திரங்கள் – கட்டுரைகள் (2022)

அரவிந்தன்

கடைசியாக ஒரு முறை

காலச்சுவடு பதிப்பகம்

அன்பார்ந்த வாசகருக்கு,

வணக்கம்.

காலச்சுவடு நூலை வாங்கியமைக்கு நன்றி.

நூலின் உள்ளடக்கம், உருவாக்கம், அட்டைப்படம் இன்ன பிற அம்சங்கள் பற்றிய உங்கள் கருத்துகளையும் ஆலோசனைகளையும் காலச்சுவடு வரவேற்கிறது. தகவல், எழுத்து, வாக்கியப் பிழைகள் தென்பட்டால் கட்டாயம் தெரிவித்து உதவுங்கள். நூல் தயாரிப்பில் கடும் குறைபாடு இருப்பின் மாற்றுப் பிரதி உங்களுக்குக் கிடைக்கக் காலச்சுவடு ஏற்பாடு செய்யும்.

மின்னஞ்சல்: publisher@kalachuvadu.com

காலச்சுவடு நாகர்கோவில் தலைமையகத்துக்கும் கடிதம் அனுப்பலாம்.

தங்கள்
எஸ்.ஆர். சுந்தரம் *(கண்ணன்)*
பதிப்பாளர் — நிர்வாக இயக்குநர்

கடைசியாக ஒரு முறை ♦ சிறுகதைகள் ♦ ஆசிரியர்: அரவிந்தன் ♦ © D.I. அரவிந்தன் ♦ முதல் (குறும்) பதிப்பு: மார்ச் 2016, நான்காம் பதிப்பு: மே 2023 ♦ வெளியீடு: காலச்சுவடு பப்ளிகேஷன்ஸ் (பி) லிட்., 669, கே.பி. சாலை, நாகர்கோவில் 629001

kaTaiciyaaka oru muRai ♦ Short Stories ♦ Aravindan ♦ © D.I. Aravindan ♦ Language: Tamil ♦ First (Short) Edition: March 2016, Fourth Edition: May 2023 ♦ Size: Demy 1 x 8 ♦ Paper: 18.6 kg maplitho ♦ Pages: 120

Published by Kalachuvadu Publications Pvt. Ltd., 669, K.P. Road, Nagercoil 629001, India ♦ Phone: 91-4652-278525 ♦ e-mail: publications@kalachuvadu.com ♦ Printed at Adyar Students xerox Pvt. Ltd., No. 275 Habibullah Road, Triplicane high Road, Opp Triplicane Post Office, Triplicane, Chennai 600005

ISBN: 978-93-84641-37-5

05/2023/S.No.672, kcp 4421, 18.6 (4) 1k

அசோகமித்திரனுக்கு

பொருளடக்கம்

முன்னுரை: மறதியற்ற மனதின் சுமைகள்	11
என்னுரை	19
மயான நகரம்	21
உருமாற்றம்	31
மலையும் மலை சார்ந்த வாழ்வும்	45
கடைசியாக ஒரு முறை	57
குமிழி	79
தனியாக ஒரு வீடு	94
பிறகு பார்க்கவே இல்லை	112

முன்னுரை

மறதியற்ற மனதின் சுமைகள்

தொலைக்காட்சி, இணையம், முகநூல், பிளாக், தினசரி, வார மாத இதழ்கள் மனிதனின் நேரத்தையும் மூளையையும் ஆக்கிரமித்துவிட்ட இன்றைய வாழ்க்கையில் எதுவும், எல்லாமும் உடனுக்குடன் என்றாகிவிட்ட நிலையில், எதையும் கேளிக்கையான பொருளாக மாற்றலாம், மாற்ற முடியும் என்ற சமூகச் சூழலில் கதைகளைப் படிப்பது, விவாதிப்பது சாத்தியம்தானா என்ற கேள்விகள் அதிகரித்துவரும் நிலையில் – எல்லா வற்றையும் மீறிக் கதைகள் எழுதப்படுகின்றன. கதைகள் படிக்கப்படுகின்றன. விநோதம்தான். எந்த மாதிரியான கதைகளைப் படிக்கிறோம்?

வார, மாத இதழ்கள் போய் தினசரிகளும் இன்று கதைகளை வெளியிடுகின்றன. வாரத்திற்குத் தமிழ்மொழியில் எத்தனை சிறுகதைகள் வெளியிடப் படுகின்றன? மாதத்திற்கு எவ்வளவு? ஆண்டுக்கு? மலைப்பாக இருக்கிறது. மலைமலையாகக் குவிக்கப்படும் கதைகளில் எதைப் படிப்பது, எப்படி படிப்பது, ஏன் படிக்க வேண்டும் என்ற கேள்விகளுக்கு ஒவ்வொருவரிடமும் ஒரு பதில் இருக்கிறது. மலைபோன்று குவியும் இந்தக் கதை களில் எது நம்மைப் பாதிக்கிறது, எது நம்மை அலைக்கழிக்கிறது, நினைவில் நிற்கும் கதைகள் எவை, மற்றவர்களும் கட்டாயம் படிக்க வேண்டும் என்று நாம் விரும்பும் கதை எது என்று பார்த்தால் மலைபோல் குவிந்திருக்கும் கதைகளில் ஒரு கடுகு அளவு தேறும். இந்தக் கடுகு அளவுக் கதைகளில்தான் மனித வாழ்வு எதிர்கொள்ளும்

அவலங்கள் நேர்மையாகப் பேசப்படுகின்றன. சமூகம் குறித்த உண்மையான அக்கறைகள் இருக்கின்றன. நேர்மையாகவும் உண்மையாகவும் அக்கறையுடனும் இருப்பதால் இந்தக் கதைகளைப் படிக்க வேண்டியிருக்கிறது. இந்தக் கடுகு அளவு கதைகளில் அரவிந்தனின் கதைகளும் இருக்கின்றன.

‘கடைசியாக ஒரு முறை’ தொகுப்பைப் படித்து முடித்தபோது தோன்றியது, அரவிந்தன் கற்பிப்பதற்காக எழுதவில்லை; கற்பதற்காக எழுதியிருக்கிறார் என்று. இலக்கியப் படைப்பின் அடிப்படை கற்பதுதானே. இக்கதைகளில் வாசகர்கள் அவரவர் திறனுக்கேற்பக் கற்றுக்கொள்ள இருக்கிறது. இது எதனால் சாத்தியமாகிறது என்றால் கதையைச் சொன்ன விதம், கதையைச் சொல்லத் தேர்ந்தெடுத்த மொழி, வடிவம், வாழ்க்கையைப் பார்த்த விதம்.

அரவிந்தனின் கதைகளில் வரும் மனிதர்கள் சென்னை வாசிகள். குறிப்பாகப் பல்லாவரம், சேத்துப்பட்டு, மாம்பலம், குரோம்பேட்டைக்காரர்கள்; நடுத்தரக் குடும்பத்து மனிதர்கள். நகரத்து மனிதர்கள் இயந்திரத்தனமாக இருப்பார்கள் என்பதைப் பொய் என இக்கதைகள் நிரூபிக்கின்றன. நிறையவே காதலிக்கிறார்கள். மனைவியை, குழந்தைகளை, முக்கியமாக நண்பர்களை. மனித உறவுகளைப் பொக்கிஷமாக மனதிற்குள் வைத்திருக்கிறார்கள். அன்பை, நட்பைத் தேவைப்படும் இடங்களில்கூட மறைத்தே வைத்திருக்கிறார்கள். அன்பின் வெளிப்பாடு, மரியாதையின் வெளிப்பாடு மௌனமாக இருக்கிறது. ஒரு சொல் கூடுதலாகப் பேசினால் உறவுகள் உதிர்ந்துவிடும் என்பது மாதிரி இருக்கிறார்கள். நகரம் குறித்த, நகரத்து மனிதர்கள் குறித்த நமது நம்பிக்கைகள் பொய் என்று இக்கதைகள் நிரூபிக்கின்றன. கிராமப்புறங்களில்தான் தன்னைப் பற்றி மற்றவர்கள் என்ன நினைப்பார்கள் என்று கவலைப்படுவார்கள் என்பதெல்லாம் கற்பனை. மாநகரத்து மனிதர்களுக்கும் அதுதான் பெரும் கவலை.

இத்தொகுப்பில் மலையும் மரணமும் முக்கியப் பாத்திரங் களாக இருக்கின்றன. மலையைப் பற்றி, மரணத்தைப் பற்றிச் சொல்வதற்காகவே இக்கதைகள் எழுதப்பட்டுள்ளன என்பதுதான் உண்மை. மனிதர்கள் வாழ்ந்து கொண்டிருக்கிறார்களா? செத்துக்கொண்டிருக்கிறார்களா? வாழ்ந்தபடியே செத்துக் கொண்டிருக்கிறார்கள், செத்துக்கொண்டே வாழ்கிறார்கள். இது எப்படி நிகழ்கிறது என்பதுதான் இக்கதைகள். மரணம்குறித்துப் பலபேர் எழுதியிருக்கிறார்கள். அரவிந்தன் சற்று வித்தியாசமாக மரணத்தை எதிர்கொண்டிருக்கிறார். மரணம் எப்போது,

யாருக்கு வரும்? அதைப் பற்றி கவலைப்படாதவர்கள் உலகில் உண்டா? வாழ்வதற்காக எடுக்கப்படும் முயற்சிகளைவிடச் சாகாமல் இருப்பதற்காக எடுக்கப்படும் முயற்சிகள்தான் அதிகம். இயற்கைகுறித்த அறிவு அற்றவர்கள்தான் மனிதர்கள். மரணம்பற்றிய அரவிந்தனின் கதைகளில் ஒரு துளிக் கண்ணீர் சிந்தப்படவில்லை. கண்ணீருக்கு வலிமை உண்டு. அதைவிட அறிவுக்கு.

அரவிந்தனுடைய மனிதர்கள் பேச வேண்டியதைக்கூடப் பேச மாட்டார்கள். சந்தர்ப்பம் வந்தாலும் பேச மாட்டார்கள். பேசுவார்கள். மனதிற்குள். பேசிப்பேசிக் களைத்துப் போய் விடுவார்கள். 'உருமாற்றம்' கதையில் வரும் இளைஞன், 'மலையும் மலைசார்ந்த வாழ்வும்' கதையில் வரும் நந்தினியின் புருஷன், 'கடைசியாக ஒரு முறை' கதையில் வரும் சாம்பசிவன், 'குமிழி' கதையில் வரும் ஹயக்ரீவன் எல்லாருமே மனதிற்குள்ளேயே பேசி, விவாதித்து, தர்க்கம் செய்து ஒரு முடிவுக்கும் வர மாட்டார்கள். காரியங்கள் அதன் போக்கில் நடந்துவிடும். நடந்து முடிந்த காரியம், நடக்கிற காரியம், நடக்க இருக்கிற காரியம் எல்லாவற்றையும் பற்றி மனதிற்குள்ளேயே ஆராய்ந்துஆராய்ந்து பார்த்துவிட்டு ஒடுங்கிப்போவார்கள். இவர்கள் மனநோயாளிகளா என்றால் அதுவும் இல்லை. தர்க்கம் செய்கிறவர்கள்.

தொகுப்பின் எல்லாக் கதைகளும் ஒரே நேர்க்கோட்டில் இணைகின்றன. மரணம்தான் அந்த நேர்க்கோடு. மரணத்தை முன்னிறுத்தி அதன் வழியாகக் கேள்விகள் எழுப்பப்படுகின்றன. மனிதர்களின் ஆசைகளுக்கு, விருப்பங்களுக்கு, கனவுகளுக்குப் பின்னால் என்ன இருக்கிறது? மரணம். நான் இல்லாவிட்டால் வீடு, சொந்தம், உறவு, கணவன், மனைவி, அலுவலகம், நண்பர்கள் என்ன ஆவார்கள்? இதற்குப் பின்னால் இருப்பது மரணம். நான் இல்லை என்றால் எல்லாம் சீர்குலைந்துவிடும் – இதற்குப் பின்னாலும் மரணம்தான் இருக்கிறது. மலையைப் பார்க்கும்போது, கடலைப் பார்க்கும்போது மனிதனுக்கு 'தான் ஒன்றுமில்லை' என்பது ஏன் தோன்ற மறுக்கிறது? சிறுமைப்படாத மனம் மனிதனுக்கு எப்போது வந்தது? தான் இல்லாத உலகம், தான் இல்லாத வீடு, தான் இல்லாத வாழ்க்கை பற்றிய பயம் மனிதனை அச்சுறுத்திக்கொண்டே இருக்கிறது. அந்தப் பயத்தில் அலறும் மனதின் அவஸ்தைகள்தான் இக்கதைகள். மறதியற்ற மனதின் சுமைகள்.

'மயான நகரம்' அரசியல் கதை. சமூகக் கதை. கடந்த காலக் கதை மட்டுமல்ல, நிகழ்காலக் கதையும்தான். சக்தி ராஜ்ஜியத்தின், பெரும்திரளான மக்கள் கூட்டத்தின் கதை.

அதிகாரம், கீழ்ப்படிதல், சுரணையற்ற மக்கள் கூட்டம் ஆகியவற்றின் கதை.

அதிகாரம் என்பது என்ன? அதிகாரத்தை அடைவதற்கு, அதிகாரத்தைக் காப்பாற்றிகொள்வதற்காக மனிதர்கள் என்னவெல்லாம் செய்கிறார்கள்? கவிஞர்கள், சிந்தனாவாதிகள், உயர்குலத்தைச் சேர்ந்த பிராமணர்கள், குடிமக்கள் என எல்லாரும் எப்படி அதிகாரத்தின் முன் மண்டியிடுகிறார்கள், மண்டியிட எப்படி போட்டிபோடுகிறார்கள், மண்டியிடுவதைப் பிறவிப் பயனாக எப்படிக் கருதுகிறார்கள் என்பதுதான் கதை. மர்மம். புதிர். நாமே நமக்காக உருவாக்கிய அதிகார அமைப்புகள் எப்படிப்பட்டவை? அது மனிதர்களை எப்படி நடத்துகிறது? மண்டியிடுதல் எப்படி நாகரிகமாக, ஒழுக்கமாக, பெருமையாக மாறியது? அதிகாரத்தைத் துறந்த மனம், அதிகாரத்திற்காக விழையாத மனம் யாருக்கு வாய்த்திருக்கிறது? சூழ்ச்சிகள், தந்திரங்கள், கபட நாடகங்கள், துரோகங்கள், கொலைகள், சுரண்டல், வன்முறை இவற்றால் அதிகாரம் உருவாக்கப்படுகிறது. இத்தனையும் நடப்பதால்தான் சக்தி ராஜ்ஜியத்தில் இளவரசன் கொல்லப்பட்டு ரகசியத்தின் கூடாரமாக இருந்த – பிறப்பு விவரம் அறியாத ஓர் இளம்பெண் இளவரசியாக்கப்படுகிறாள். அதிகாரம் வேண்டி எதையும் செய்வார்கள் மனிதர்கள். மனிதர்களுக்கு மட்டும்தான் அதிகாரம் வேண்டியிருக்கிறது. முதலமைச்சர், பிரதமர், கவர்னர், மந்திரி வேண்டியிருக்கிறது. பூனைக்கு, நாய்க்கு, பன்றிக்குப் பிரதமர், முதல்வர் தேவையில்லை. முதல்வர், பிரதமருக்கு அவை பயப்படாது என்பதை ‘மயான நகரம்’ கதையில் பார்க்க முடியும். கதை புதிது. கதை சொன்ன விதம் புதிது. கதை சொல்லத் தேர்ந்தெடுத்த சொற்கள் புதியவை. சின்னச் சின்ன செறிவான வாக்கியங்கள் ஈர்ப்பைத் தருகின்றன.

அரவிந்தனுடைய மனிதர்கள் ஒரு நிலையில் பார்த்தால் மன நோயாளிகள்தான். ஒரு சமயத்தில் ஒருவரைப் பிடித்திருக் கிறது. அதே நபரை மற்றொரு சமயத்தில் பிடிக்காமல் போகிறது. ஏன்? காரணம் தெரியாது. காரணம் இல்லை. நாம் செய்கிற பல காரியங்களும் அப்படித்தான் இருக்கின்றன. தோன்றியது, செய்தேன். காரணம் இல்லை. தெரியாது என்று சொல்கிற மனிதர்கள். அப்படியான ஒரு நபர்தான் ‘உருமாற்றம்’ கதையில் வரும் இளைஞன். சுயசரிதைத் தன்மைகொண்ட கதை. குற்றவுணர்ச்சியால் பேசப்படும் கதை. கதைசொல்லிக்கும் கே. ராமமூர்த்தி என்ற மனிதருக்குமான கதை. இவன் குழப்பமான பேர்வழி. அவர் அவனுக்குப் பல புதிய கதவுகளைத் திறந்து விடுகிறார். அவர் திறந்துவிட்ட கதவு ஒன்று புத்தகம். அவன் தன்

கஷ்டங்களை, சிரமங்களை, ஏன் மகிழ்ச்சியைக்கூடக் கொட்டித் தீர்க்கிற இடமாக இருக்கிறார் ராமமூர்த்தி. அவரைப் போன்ற மனிதர்களை அடையாளம் காணவும், நட்புறவைப் பேணவும் சிலருக்கு வாய்க்கிறது. பலருக்கு அப்படி நிகழ்வதில்லை. எல்லாருக்குமே கொட்டித் தீர்ப்பதற்கு மலை போன்று விஷயங்கள் குவிந்திருக்கின்றன. இறக்கிவைக்க, கொட்டித் தீர்க்க. அதற்கான இடம் வேண்டும். இடம் கிடைக்காதவர்கள் பாவப்பட்டவர்கள்.

கதையின் கேள்வி மனித உறவுகள் உண்மையில் மேம்பட்டதுதானா என்பதுதான். இல்லையென்ற பதில் கதைக்குள்ளேயே இருக்கிறது என்று கருதலாம். மனிதர்கள் ஏன் ஒரே மாதிரி இருப்பதில்லை? இருக்க முடிவதில்லை? புனிதர்களைத் தேடி மனிதமனம் ஓயாமல் அலைந்துகொண்டிருக்கிறது. அதனால்தான் கல்லின் மீது, மரத்துண்டின் மீது, பாம்புப் புற்றின் மீது, நம்பிக்கைகளின் மீது புனிதத் தன்மையை ஏற்றுகிறது. 'உருமாற்ற'த்தின் கதைசொல்லிக்கு ராமமூர்த்தி. பல நேரங்களில் நாம் ஏற்றிவைத்த புனிதங்களே நம்மைப் பார்த்துக் கேலி செய்யும். 'உருமாற்றம்' கதையில் நிகழ்வது அதுதான். மனிதர்கள் மாறுகிறார்கள். ஏன், எப்படி, எதனால்? தெரியாது. சூழல், சந்தர்ப்பம். புனிதங்கள் நிறமிழக்கும்போது புனிதத்தை ஏற்றிய மனம் நிஜத்தை ஏற்க மறுக்கிறது. மறுபக்கம் புனிதத்தை ஏற்றியவனும் கயமைத்தனம் கொண்டவன்தான். தனக்கான நியாயத்தைக் கற்பித்துக்கொண்டே கடைசிவரை உட்கார்ந்தே இருக்கிறான். புலம்புவதால் பலன் உண்டா? உருமாற்றம் யாருக்கு? கதைசொல்லிக்கா, ராமமூர்த்திக்கா? மனித மனத்தின் விசித்திரங்களை இக்கதை நிகழ்த்திக் காட்டுகிறது.

'மலையும் மலைசார்ந்த வாழ்வும்' கதையில் மலைதான் பிரதானப் பாத்திரம். மலை பேசுவதில்லை. எதையும் வெளிப்படுத்துவதில்லை. உணர்ச்சிகளைக் கொட்டுவதில்லை. ஆனால் இதற்கெல்லாம் காரணமாக இருக்கிறது. மலை ஒவ்வொரு நிமிடமும் மனிதர்களுக்கு ரகசியமாக ஒன்றைச் சொல்லிக்கொண்டேயிருக்கிறது. நாம்தான் அதைக் கேட்ப தில்லை. மனிதன் எவ்வளவு அற்பமானவன். மனைவி, கணவன், நண்பர்கள், குழந்தைகள் என்று இருந்தாலும் ஒருபோதும் ஒன்றாக இருந்ததே இல்லை. அப்படி இருப்பதாக நடிக்கிறார்கள். மலை நடிப்பதில்லை.

மனிதர்கள் மாறக்கூடியவர்கள். பிரிந்து போகக்கூடியவர்கள். நந்தினி இறந்துபோகிறாள். அவள் நேற்று மனைவி நந்தினி. இன்று பிணம். எது உண்மை? எது சரி? எது நித்தியம்?

எது அநித்தியம்? வாழ்வின் விநோதம் இது. வாழ்வின் பிரம்மாண்டத்தைப் பார்த்துப் பரிதவிக்கும் மனித மனதின் அவஸ்தை இந்தக் கதை. இயற்கையின் பிரம்மாண்டத்தையும் மனிதனின் நிலையாமையையும் அழகாகத் தனக்கான மொழியில் அரவிந்தன் எழுதியிருக்கிறார். தற்காலத் தமிழ் படிப்பதற்குச் சுவையாகத்தான் இருக்கிறது.

மரணத்தை முன்னிறுத்திப் பேசும் மற்றொரு கதை 'கடைசியாக ஒரு முறை'. மரணம் நிகழவில்லை. நிகழ்ந்தால் என்னாகும் என்பதுதான் கதை. விபத்து நடக்கிறது. அந்த விபத்தின் வழியே வாழ்வின் நிஜத்தன்மையை உணர்கிறான் சாம்பசிவன். தனிமனித வாழ்க்கை, குடும்ப, சமூக வாழ்க்கையில் ஒரு மனிதனின் இடம் என்ன? கணவன், மனைவி, குழந்தைகள், நண்பர்கள் எல்லாருமே கொடுக்கல் வாங்கல் உறவால் பின்னப்பட்டவர்கள். கொடுக்கல் வாங்கலில் சிறு பிசிறு ஏற்பட்டால் அத்தனை உறவுகளும் விரிசல்கள் காண்கின்றன. இந்த விரிசல்களை மேலும் பெரிதாக்குவது போலவே காரியங்கள் நடக்கின்றன. எந்த உறவாக இருந்தாலும் மனிதர்கள் கண்ணாடி போன்றவர்கள். கைதவறினால் கண்ணாடி உடையத்தானே செய்யும்? இதுதான் கதையின் மையம். இரவில் தூங்கிக்கொண்டிருக்கும் மனைவி பிணமாகத் தெரிகிறாள். குழந்தைகள் பிணமாகத் தெரிகிறார்கள். சற்றுச் சிந்திக்கும் திறனுள்ள, தூக்கத்தில் திடீரென்று விழிப்புக் கொள்ளும் மனிதனுக்குத் தோன்றுவது இது. இன்றைய நவீன குடும்ப அமைப்பு, உறவுகள் எப்படி இருக்கின்றன என்பதைப் போதனையில்லாமல் சொல்கிறது 'கடைசியாக ஒரு முறை' கதை. பவித்ராவுக்குச் சாவு பற்றிய பயம் இல்லை. பவித்ராவுக்கு மட்டுமில்லை, அரவிந்தனுடைய பெண்களில் யாருக்கும் அந்தப் பயம் இல்லை. ஆனால் எல்லா ஆண்களுக்கும் இருக்கிறது. மரண பயத்தில் தூங்காமல் கிடக்கிறார்கள்.

அரவிந்தனின் பாத்திரங்கள் அதிர்ந்து பேசாதவர்கள் மட்டுமல்ல. அன்பைச் சொல்லத் தெரியாதவர்களும்கூட. ஒருவகையில் தங்களுக்குள்ளேயே சுருங்கிப் போனவர்கள். குறிப்பாக ஆண்கள். பெண்கள் துணிச்சல்மிக்கவர்களாக இருக்கிறார்கள். சக்தி ராஜ்ஜியத்தின் ராணி, பவித்ரா, ஸ்ரீமதி என்று. 'குமிழி' கதையில் ஸ்ரீமதிதான் பலகாரம் கொடுக்கிறாள். அவனைப் பற்றி வீட்டில் சொல்கிறாள். கல்யாணத்தைத் தைரியமாக எதிர்கொள்கிறாள். அதே மாதிரி தன் குழந்தைக்குக் காதலனின் பெயரை வைக்கும் தைரியம் அவளிடம் உண்டு. ஹயக்ரீவனுக்கு ஒன்று மட்டும்தான் தெரியும். அது என்னவென்றால் புலம்புவது. 'குமிழி' கதையின் நாயகன்

மட்டும் இப்படியில்லை. அரவிந்தனுடைய எல்லா ஆண்களுமே அப்படித்தான். கிருஷ்ணா, நந்தினியின் புருஷன், சாம்பசிவன் என்று பலரும் புலம்புகிறவர்கள். ஆண்களின் வீராப்பு, திறமை எல்லாம் மனதிற்குள் புலம்புவதில்தான் இருக்கிறது. ஆண்கள் எப்போதும் இப்படித்தான் இருக்கிறார்கள். 'குமிழி' காதல் கதை. தமிழ் சினிமாவில் வருவது மாதிரி காதல்ன்னா என்னா தெரியுமா என்று கேட்டு பக்கம்பக்கமாக வசனம் இல்லை. பிரிவு இருக்கிறது. ஆனால் ஒரு சொட்டுக் கண்ணீர் இல்லை. கூடுதலாக ஒரு வார்த்தை இல்லை.

தொகுப்பின் கடைசிக் கதையான 'தனியாக ஒரு வீடு' மற்ற கதைகளிலிருந்து முற்றிலும் வேறுபட்டது. நடைமுறை வாழ்க்கைச் சிக்கலைப் பேசுகிறது. அறிவியல் கண்டுபிடிப்புகள் இன்று மனிதனை இயற்கையிடமிருந்து பிரித்துவிட்டன. அதே மாதிரி இயற்கையான வாழ்க்கை முறையிலிருந்தும் மாற்றிவிட்டன. விவசாயம் இன்று இழிவான தொழில். அதைச் செய்வதற்கு யாருக்கும் விருப்பமில்லை. கம்ப்யூட்டரின் கான்பிகரேசன் தெரிந்தவனே மேதை. மென்பொருள் தயாரிப்புக் கம்பெனியில் வேலை பார்ப்பவனே மனிதன். எல்லாருக்குமே வெள்ளைக்கார துரைமார்களாக மாற வேண்டும் என்பதே லட்சியம். ஏரி, குளங்கள் மண் மேடாக்கப்பட்டு வீடுகள் கட்டப்படுகின்றன. பன்னாட்டு நிறுவனங்களுக்குக் கொடுத்ததுபோக எஞ்சிய விவசாய நிலங்கள் வீட்டு மனைவிரிவுகளாக மாற்றப்படுகின்றன. எல்லாம் சரி, மனிதர்கள் எதைச் சாப்பிடுவார்கள்? கம்ப்யூட்டரின் உதிரி பாகங்களையா? இதுதான் இக்கதையின் கேள்வி. கம்ப்யூட்டர், இணையம், மின்சாரம் ஏன் உடைகூட இல்லாமல் மனிதனால் இருக்க முடியும். உணவு இல்லாமல் இருக்க முடியுமா? இது ஏன் மெத்தப் படித்தவர்களுக்குத் தெரியவில்லை என்பதுதான் அரவிந்தனின் ஆதங்கம். நாகரிகம், வளர்ச்சி என்று நாம் வாழ்வின் ஆதாரத்தையே இழந்துவிட்டோம்.

ஒரு குடும்பத்திற்கு ஒரு நாளைக்குத் தேவைப்படும் உணவுக்கான செலவைவிட ஒரு மனிதனுக்கு ஒரு நாளுக்கான தண்ணீருக்காகச் செலவிடப்படும் தொகை அதிகம். ஒரு லிட்டர் தண்ணீரின் விலை இருபது ரூபாய். ஒரு லிட்டர் பால் விலை நாற்பது ரூபாய். நாம் எப்படிப்பட்ட சமூகத்தில் வாழ்ந்து கொண்டிருக்கிறோம்? வாட்டர் பாட்டில் பெருமையின் அடையாளமாக, நாகரிகத்தின் அடையாளமாக மாறியது, மாற்றியது யாருடைய குற்றம்? இதுகுறித்த குற்ற உணர்ச்சி யாரிடம் இருக்கிறது என்ற கவலை அரவிந்தனுக்கு மட்டுமே உரியதல்ல என்று சொல்கிறது 'தனியாக ஒரு வீடு' கதை.

எங்கோ கேட்டோம், எங்கோ படித்தோம், இன்னாருடைய சாயல் இருக்கிறது என்றெல்லாம் இல்லாமல் இருப்பது நல்ல படைப்புக்கான அடையாளம். அந்த அடையாளம் இத்தொகுப்பில் இருக்கிறது.

இலக்கியம் என்பது வெறும் கதை அல்ல. படிப்பு. வாழ்க்கை. வருங்கால சந்ததியினருக்கான சொத்து என்று சொல்கிறது அரவிந்தனுடைய 'கடைசியாக ஒரு முறை' கதைத் தொகுப்பு.

விருதாச்சலம்   இமையம்
11.6.2014

என்னுரை

2007 முதல் 2014வரையிலான ஏழாண்டுக் காலத்தில் எழுதப்பட்ட கதைகளின் தொகுப்பு இந்த நூல். படைப்புரீதியாக மிகவும் குறைவாக எழுதிவந்த காலகட்டம் இது. ஆண்டுக்கு ஒரு கதை எழுதினால் பெரிய விஷயம் என்று இருந்த காலம். கதைகளைத் தொகுப்பாக வெளியிடும் முயற்சி பல காரணங்களால் தள்ளிப்போய்க்கொண்டே இருந்தது. இப்போதுதான் கைகூடியிருக்கிறது.

இதற்கு முன்பு வெளியான 'குளியலறைக்கு வெளியே சத்தம் கேட்டுக்கொண்டிருக்கிறது' என்னும் தொகுப்புக்கு மதிப்புரைகள், விமர்சனங்கள் அதிகம் வரவில்லை என்றாலும் தனிப்பட்ட முறையில் பல வாசகர்கள் கதைகளைப் பற்றி ஆழமாகப் பேசினார்கள். குறிப்பாக 'பொறி' 'சலனங்கள்', 'குளியலறைக்கு வெளியே சத்தம் கேட்டுக்கொண்டிருக்கிறது', 'மழை தீர்ந்த மரம்' ஆகிய கதைகளுக்குக் கிடைத்த வரவேற்பு மிகுந்த மனநிறைவை அளித்தது. 'மழை தீர்ந்த மரம்' கதையில் வரும் பெண்ணைப் போலவே குழந்தையுடன் தனியாக வாழும் சில பெண்கள் வெளிப்படுத்திய உணர்வுகள் நெகிழவைத்தன. 'சலனங்கள்' கதையில் வரும் காதலர்களுடன் தங்களை அடையாளப்படுத்திக்கொண்ட காதலர்கள் பலர் அக்கதையை மிகவும் பாராட்டினார்கள். தலைப்புக் கதை அதன் வடிவத்திற்காகவும் விரிவான பல விஷயங்கள் மிகச் சிறிய கதையில் கையாளப் பட்டமைக்காகவும் பாராட்டப்பட்டது. தொடர்ந்து எழுதுவதற்கான உத்வேகத்தை இதுபோன்ற எதிர்வினைகள் அளிக்கின்றன.

இந்தத் தொகுப்பில் அனேகமாக எல்லாமே பெரிய கதைகள். வடிவம், உள்ளடக்கம் சார்ந்து ஒவ்வொன்றும் ஒவ்விரு விதமானவை. ஓரிரு

கதைகள் உருவாகும்போதே அவற்றின் வடிவம் குறித்த தெளிவு இருந்தது. சில கதைகள் எழுதியபோது தம்மை வடிவமைத்துக் கொண்டன. சில கதைகள் தம் இலக்கை அடைந்திருக்கலாம். சில அடையாமல் போயிருக்கலாம். ஆனால் எழுதும்போது ஒவ்வொரு கதைக்குப் பின்னாலும் இருந்த தீவிரத்திலும் ஈடுபாட்டிலும் எந்த வித்தியாசமும் இல்லை. என் மனதுக்கு நெருக்கமான சில தருணங்கள் ஒவ்வொரு கதையிலும் உள்ளன. இதைப் படிப்பவர்களுக்கும் நெருக்கமான தருணங்கள் இக்கதைகளில் இருக்கும் என நம்புகிறேன்.

நண்பர்கள் ஜே.பி. சாணக்யா, கோகுலக் கண்ணன் ஆகியோர் கதைகள் பிரசுரமாவதற்கு முன்பு படித்துப் பார்த்துக் கதைகளை மேம்படுத்த ஆலோசனை சொன்னார்கள். தொகுப்பாக இந்தக் கதைகளைப் படித்துப்பார்த்துக் கதைகளைப் பற்றிய தன் கறாரான மதிப்பீடுகளை முன்வைத்ததுடன் பிரதியை மேம்படுத்தப் பல யோசனைகள் சொன்னவர் நண்பர் ஆசைத்தம்பி. தொகுப்புக்கு முன்னுரை எழுதியிருக்கும் இமையம் ஒவ்வொரு படைப்பைப் பற்றியும் விரிவாகப் பேசியிருக்கிறார். இவர்களுக்கு என் மனமார்ந்த நன்றி.

கதைகளை வெளியிட்ட *காலச்சுவடு, தீராநதி, உயிர் எழுத்து, ஆனந்த விகடன், தி இந்து* (பொங்கல் மலர்), *மலைகள். காம்* ஆகிய இதழ்களுக்கு என் நன்றி.

தொகுப்பின் கடைசிக் கதை, தொகுப்பின் இரண்டாவது கதையான 'உருமாற்றம்' என்னும் கதையோடு சேர்த்து வாசிக்க வேண்டிய கதை. இது ஒருவகையில் அஞ்சலிக் கதை போன்றது. மனதில் பெரும் பாரத்துடன் எழுதியது இது. இதை ஒவ்வொருமுறை படிக்கும்போதும் அதேபோன்ற பாரம் மனதில் கூடிவிடுகிறது. அதற்கான காரணத்தைக் கதையைப் படிக்கும்போது உணரலாம்.

சிறுகதைகளில் என்னுடைய ஆதரிசமான படைப்பாளுமைகளில் ஒருவர் அசோகமித்திரன். அவருக்கு இந்தத் தொகுப்பைக் காணிக்கையாக்குவதில் மிகுந்த மன நிறைவை அடைகிறேன்.

சென்னை **அரவிந்தன்**
செப்டம்பர் *28, 2015*

மயான நகரம்

மாநகரம் முழுவதும் மயான அமைதி நிலவியது.

கடைத் தெருக்கள் வெறிச்சோடியிருந்தன. சந்தை கூடுமிடங்களை வெற்றிடம் நிரப்பியிருந்தது. ஊரில் மக்கள் நடமாட்டம் மிகமிகக் குறைவாக இருந்தது. மிக அரிதாக வெளியில் தலைகாட்டிய ஒரு சிலரும் தலை கவிழ்ந்தபடியே நடந்து சென்றார்கள். வாகனங்கள் ஓடவில்லை. ஓடிய வாகனங்களும் ஓசை எழுப்பவில்லை. ஓட்டிச்செல்லவோ விரட்டி அடிக்கவோ ஆளில்லாத கால்நடைகள் சாவகாசமாக மேய்ந்துகொண்டிருந்தன. கோயில்களில் மணியோசை கேட்கவில்லை. மாநகரின் வித்வான்கள் அனைவரும் காலையிலும் மாலையிலும் தத்தமது இல்லங்களுக்கு அருகிலிருக்கும் கோயில்களுக்குச் சென்று மோட்ச தீபம் ஏற்றிவைத்து ராம ஜெபம் செய்துகொண்டிருந்தார்கள். அழும் குழந்தைகள் அதட்ட ஆளில்லாததால் விரைவில் அழுகையை முடித்துக்கொண்டன. அரசுப் பணிகளும் தனியார் பணிகளும் ஸ்தம்பித்துப்போய் ஒரு வாரம் ஆகிறது. துக்கம் தாளாமல் யாரும் தற்கொலை செய்துகொள்ள வேண்டாம் எனக் கோரும் அரண்மனையின் அறிவிப்புகள் நாற்சந்திகளில் எழுதப்பட்டிருந்தன. அந்த அறிவிப்புக்குச் செவிசாய்க்காமல் தினமும் தற்கொலை செய்துகொண்டு மடியும் விசுவாசிகளின் பெயர் முதலான விவரங்களும் அவர்களது குடும்பங்களுக்கு அளிக்கப்பட்ட பரிசுகள் பற்றிய தகவல்களும் பக்கத்திலேயே எழுதப்பட்டு வந்தன. பள்ளிக்கூடங்களும் மதுபானக் கூடங்களும்

மூடப்பட்டுவிட்டன. இரங்கல் செய்திகளைத் தாங்கிய மடல்கள் மக்களிடையே விநியோகிக்கப்பட்டன. மாநகரின் அனைத்து வீடுகளின் வாசல்களிலும் மோட்ச தீபமும் ஊதுவத்தியும் ஏற்றப்பட்டிருந்தன. ஊர் முழுவதும் ஊதுவத்தி வாசனை நிரம்பியிருந்தது. ஊதுவத்திகளும் மோட்ச தீபங்களும் அணையாமல் பார்த்துக்கொள்ள வேண்டிய பொறுப்பை மக்களே ஏற்றுக்கொண்டார்கள். அணையும் வீடுகளின் கதவைத் தட்டி நினைவுபடுத்தும் பணியை அரசுப் பணியாளர்கள் செவ்வனே நிறைவேற்றிக்கொண்டிருந்தார்கள். துக்கம், மாநகரம் முழுவதும் ஒழுங்காக அனுஷ்டிக்கப்பட்டுக்கொண்டிருந்தது.

இன்று எட்டாம் நாள். அடுத்த எட்டாம் நாளில் யாவும் இயல்பு நிலைக்குத் திரும்பிவிடலாம். துக்கம் கழிக்கும் சடங்கு முடிந்த பிறகு, சுவர்க்கம் செல்லும் இளவரசனைப் பற்றிய நினைவுகளிலிருந்து விடுபட்டுத் தத்தமது வேலைகளை மக்கள் கவனிக்கத் தொடங்கிவிடலாம்.

சக்தி என அழைக்கப்படும் மகாராணியின் அருமந்த புத்திரனின் மரணம் தந்த துயரத்தின் நிழல் குடிமக்கள் அனைவரது வீடுகளிலும் படர்ந்திருந்தது. அரசு ஆணைகளும் சக்தி உருவாக்கி நிலைபெற வைத்திருந்த சம்பிரதாயங்களும் குடிமக்களின் குருதி நாளங்களில் செலுத்தியிருந்த உணர்வுகள் இதைச் சாத்தியமாக்கியிருந்தன. 27 ஆண்டுகளுக்கு முன்பு அந்தப்புரத்தில் இருந்த ஒரு பேரழகி பட்டத்து ராணியாக முடிசூட்டிக்கொண்ட அரிய நிகழ்வினைப் பற்றி வியந்து பாடாத புலவன் ராஜ்ஜியத்தின் தலைநகராம் இந்த மாநகரில் இல்லை. பட்டத்து யானைமீது ஏறி நகர்வலம் வந்த அந்தப் பேரழகியைப் பார்த்துப் பெருமூச்சு விடாத ஆண்களோ பொறாமைப்படாத பெண்களோ அந்த மாநகரில் இல்லை. கண்களைக் கூசவைக்கும் அந்த அழகு அனைவரையும் வென்றது. எப்படி இவள் அரசியானாள் என்ற கேள்வி அந்த வசீகரத்தில் மறைந்தது. மறையாத சில கேள்விகளை அவளது கிரீடமும் செங்கோலும் வழியனுப்பிவைத்தன. பட்டத்து இளவரசர்கள் என்ன ஆனார்கள் என்பது பற்றிய நம்பகமான தகவல்கள் எதுவும் கிடைக்கவில்லை.

அழகும் அதிகாரமும் இவ்வளவு இசைவுடன் பொருந்திப் போகும் என்று யாரும் எதிர்பார்க்கவில்லை. அந்த இசைவின் வலிமை மலைகளை விடவும் பெரியது. கடல்களை விடவும் ஆவேசமானது. பூக்களை விடவும் மென்மையானது. எதிரிகள் நண்பர்களானார்கள். நண்பர்கள் விசுவாசிகளானார்கள். விசுவாசிகள் அடிமைகளானார்கள். அடிமைகளாக மறுத்த

விசுவாசிகள் நண்பர்களானார்கள். விசுவாசிகளாக மாறத் தவறிய நண்பர்கள் பகைவர்களானார்கள். அரசியின் பகைவர்கள் மக்களின் பகைவர்களானார்கள். பகைவர்கள் என்ன ஆனார்கள் என்பது பற்றிப் போதிய தகவல்கள் இல்லை.

ஆட்சி ஏறிய அடுத்த நொடியிலிருந்து அந்தப் பேரழகியின் மொழியே ஆட்சி மொழியாயிற்று. கல்விக் கூடங்களில் அம்மொழி கற்றுக்கொடுக்கப்பட்டது. விரைவில் கற்றுக்கொண்டவர்களுக்கு வழங்கப்பட்ட சலுகைகள் மற்றவர்களையும் விரைவில் கற்றுக் கொள்ளத் தூண்டின. கற்றுக்கொள்ளாதவர்களின் நிலையைப் பற்றி அவ்வளவாக யாருக்கும் தெரியவில்லை. சலுகைகள் பெற்றவர்கள் மேலதிகச் சலுகைகளை நோக்கி விரையும் விவேகத்தை ஸ்வீகரித்துக்கொண்டிருந்தார்கள். நண்பர்களாக இருப்பதன் அனுகூலங்களை அனுபவித்தவர்கள் அதை இழப்பது பற்றி யோசிக்க இயலாதவர்களானார்கள். இந்த அனுகூலங்களின் பிரதிகூலங்களை எடுத்துச் சொல்ல முயன்ற சில கவிஞர்களின் மொழி அவர்களுக்குப் புரியாமல்போயிற்று.

○

இளவரசன் எப்படி வந்தான் என்று யாருக்கும் தெரியாது. சக்திக்குத் திருமணம் ஆனதாக அரசாங்க மடல்கள் எதுவும் எப்போதும் தெரிவித்ததில்லை. இருபத்தேழு ஆண்டுகள் கழிந்தும் அரசியின் வசீகரம் குறையவில்லை. வயதாக ஆக அழகும் கூடிக்கொண்டேபோகும் விதத்தைப் புலவர்கள் இருபத்தியேழு விதமான பாக்களில் விளக்கினார்கள். முழு நிலவையொத்த அவரது வதனத்தைப் பற்றி எழுதவே ஓர் ஆயுள் போதாது என்ற நிலை இருக்க, அழகுணர்ச்சி வரம்பு மீறி அவரது கொங்கைகளை வர்ணித்து எழுதிய ஒரு கவிஞனை மக்கள் கல்லால் அடித்துக் கொன்றுவிட்டதாக அரசாங்க மடல் ஒன்று தெரிவித்தது.

ராணிக்கு நாற்பத்தியேழு வயதானபோது பதினெட்டு வயதில் ஒரு மகன் பிறந்தான். அவனது வருகையை தேசம், குறிப்பாகத் தலைநகரம், ஓராண்டு காலம் வரையிலும் கொண்டாடியது. அரசியின் நகர உலாக்கள் அதிகரித்தன. உலாக்களிலும் அரச மடல்களிலும் பொது இடங்களிலும் இளவரசரின் படங்களும் சக்தியின் திருவுருவப் படங்களுக்குக் கீழ் வீற்றிருந்தன. மாநகரின் சுவர்களையும் கோவில் கோபுரங்களையும் அலங்கரித்த இந்தப் படங்கள் மக்கள் மத்தியில் நீங்காத இடம்பெற்றன. இளவரசரைப் புகழும் பாடல்கள் நகரமெங்கும் ஒலிக்க ஆரம்பித்தன. மக்கள் தங்களது வருங்கால மன்னர் மீது விசுவாசம் கொள்ளத் தொடங்கினர்.

இளவரசரின் பிறந்த நாள் ஒவ்வொரு வீட்டிலும் கொண்டாடப்பட்டது. தன் வீட்டுச் சுவரில் இளவரசரின் திருவுருவைப் பதித்துவைத்த ஏழைச் சோதிடர் ஒருவரைத் தலைமை அமைச்சர் அரண்மனைக்கு அழைத்துப் பாராட்டியதை அரசாங்க மடல் ஒன்று தெரிவித்தது. விரைவில் வீடுகள் தோறும் அரசிளங் குமரனின் திருவுருவச் சித்திரங்கள் அலங்கரித்தன. இளவரசரின் பெயரால் விளையாட்டுப் போட்டிகள் நடத்தப் பட்டன. இளவரசர் வெற்றி கொண்ட நாடுகளின் பட்டியல்கள் அவ்வப்போது வெளியிடப்பட்டன. அரசு ஊழியர்கள் இடப்புற மார்பில் சக்தியின் திருவுருவையும் வலப்புற மார்பில் இளவரசரின் திருவுருவையும் பொறித்துக்கொண்டார்கள்.

○

அழகும் அதிகாரமும் இணைந்த வசீகரம் தனது நீண்ட கரங்களை மாநகரம் முழுவதிலும் பரப்பி அணைத்துக்கொண்டது. ராணியின் விருப்பமே மாநகரின் நடைமுறையாக மாறியது. அரசியின் மனம், வாக்கு, சிந்தனை ஆகியவற்றை மக்கள் பிரதிபலித்தார்கள். கோயில்களிலும் பஜனை மடங்களிலும் இவையே பாடப்பெற்றன. நாற்சந்திகள், முச்சந்திகளில் அரசியின் திருவுருவம் பொறிக்கப்பட்டது. திருவிழாக்களில் உற்சவ மூர்த்தியின் அலங்காரம் அரசியின் அழகிய தோற்றத்தை ஒத்ததாக விளங்கியது. சக்தியின் சிந்தனை பொதுமைப்படுத்தப்பட்ட பிறகு கேள்விகள் நின்றுபோயின.

தமது விருப்பத்தின்படி நடந்துகொள்ளத் தலைப்பட்டவர் களுக்குக் கிரகங்களும் ஒத்துழைக்க வில்லை. திடீர் திடீரென்று அவர்கள் வீடுகளில் பாறாங்கற்கள் விழுந்தன. அவர்கள் வயல்கள் தீப்பிடித்து எரிந்தன. நடந்து செல்லும்போது மரக்கிளைகள் ஒடிந்து அவர்கள் தலைகள்மீது விழுந்தன. அவர்கள் குளிக்கச் செல்லும்போது முதலைகள் இழுத்துச் சென்றன. தலைநகரின் ஜனன நேரத்தைத் துல்லியமாகக் கணித்த பட்டத்து ஜோசியர் அரசியின் ஜாதகமும் தலைநகரின் ஜாதகமும் பொருந்திப்போன அதிசயத்தை விளக்கி ஒரு விருத்தம் பாடினார். நாட்டின் தேசிய கீதமாக மாறிய அந்த விருத்தம் இந்த ஜாதகத்தோடு முரண்படும் அபாக்கியசாலிகளின் துர்மரணங்கள் பற்றியும் கோடிகாட்டியது. முரண்படும் ஆத்மாக்கள் குறையத் தொடங்கின.

சக்தியின் ராஜ்ஜியம் தனது எல்லையை விரிவுபடுத்தியபடி இருந்தது. விசுவாசம் மிகுந்த மக்கள் கூட்டமும் போர்ப்படைகளும் மாநகரை அண்டை நாட்டவர்களின் தாக்குதல்களிலிருந்து காத்துவந்தன. அக்கம்பக்கத்தில் இருந்த சிறிய ராஜ்ஜியங்கள் பலத்தினாலும் பேரத்தினாலும் பணியவைக்கப்பட்டன.

முரண்டுபிடித்த சிற்றரசர்கள் சக்தி தரிசனத்துக்குப் பிறகு மனம் மாறினார்கள். பெரிய ராஜ்ஜியங்களின் மன்னர்கள் சக்தி ராஜ்ஜியத்துக்கு வரும்படி அழைக்கப்பட்டார்கள். அழைப்பை ஏற்று வந்த மன்னர்கள் சக்தி தேசத்தின் நண்பர்களாகத் திரும்பினார்கள். தொடர்ந்து அவர்களை நண்பர்களாக வைத்திருக்கும் வழிகளைச் சக்தியும் ராஜகுருவும் திட்டமிட்டு நிறைவேற்றினார்கள்.

யவன தேசத்திலிருந்தும் இதர தேசங்களிலிருந்தும் வந்த வாணிகக் கப்பல்கள் துறைமுகத்தை நெருங்கும் முன்னரே பெரும்படையெனத் திரண்ட கடற் கொள்ளையர்களால் சூறையாடப்பட்டன. பீதியில் மூழ்கிய பரதேச வியாபாரிகளுக்குக் கடலில் பாதுகாப்பு அளிக்கும் பொறுப்பை சக்தி ராஜ்ஜியம் ஏற்றுக்கொண்ட பிறகு கடற்கொள்ளையர்களின் அபாயம் குறைந்தது. பாதுகாப்புக்கான வெகுமதிக் கட்டணம் சக்தி ராஜ்ஜியத்தின் கஜானாவை நிரப்பியது. சக்தியின் ஆணைப்படி பிற தேசத்திலிருந்து அழகிகள் விலைக்கு வாங்கப்பட்டு அந்தப்புரத்தில் சேர்க்கப்பட்டார்கள். பெரும் ராஜ்ஜியங்களைக் கட்டி ஆண்டுகொண்டிருந்த சக்கரவர்த்திகளுடன் நட்பு மலரச் செய்யும் பாலமாக இவர்கள் பயன்பட்டதாக அரண்மனையில் வதந்திகள் உலவின. சக்தி ராஜ்ஜியத்தின் விஸ்தரிப்பு பற்றி அரசவைக் கவிஞரின் சக்தி காவியம் விரிவாகப் பேசுகிறது. மாபெரும் பேரரசுகளில் அந்தந்த அரசுகளுக்கு எதிராகச் செயல்பட்டுக்கொண்டிருந்தவர்களுக்கான ஊக்கம் சக்தியின் கஜானாவிலிருந்தும் அந்தப்புரங்களிலிருந்தும் கிடைத்துவந்ததைச் சில கவிஞர்கள் பூடகமான கவிமொழியில் பாடியிருக்கிறார்கள்.

○

இளவரசருக்குப் பெண் பார்க்கும் படலம் தொடங்கியது. எல்லாத் தேசத்து மன்னர்களுக்கும் சக்தியின் திருமுகம் அனுப்பப்பட்டது. அந்தந்த நாட்டு இளவரசிகளை அழைத்துக் கொண்டு மன்னர்கள் இம்மாநகரத்துக்கு வருகைபுரிய வேண்டும். அன்னையின் வழிகாட்டுதலின் பேரில் தனயன் தனக்குப் பிடித்த பெண்களைத் தேர்ந்தெடுத்துக்கொள்வார் என்றது அந்தத் திருமுகம்.

ராணியின் அழகையும் ராஜகுமாரனின் தேஜஸையும் பற்றிக் கேள்விப்பட்டிருந்த அரசர்கள் தத்தமது புதல்விகளை அழைத்துக் கொண்டு சக்தி தேசம் நோக்கிப் புறப்பட்டார்கள். ஐம்பத்தியாறு தேசத்து அரசர்களும் புறப்பட்ட அந்த முகூர்த்த நாளில்தான் யாரும் எதிர்பாராத விதமாக இளவரசர் மரணமடைந்தார். இரவு தூங்கியவர் காலையில் எழுந்திருக்கவில்லை. மதியத்துக்குமேல்

அவரைப் பரிசோதித்த அரண்மனை வைத்தியர்கள் சக்தியின் கால்களில் விழுந்து குமுறி அழுதார்கள்.

அடுத்த நாள் காலைவரையிலும் ராணியின் கண்களில் கண்ணீர் வடிந்துகொண்டிருந்தது என்பதைக் கேள்விப்பட்ட மக்களின் கண்களும் கண்ணீரால் நிரம்பின. 15 நாள்கள் துக்கம் அனுஷ்டிக்கப்படும் என அறிவிக்கப்பட்டது. மகாராணி 15 நாள் சடங்குகளையும் செய்வதற்கு வசதியாக அரசாங்க விடுமுறை அறிவிக்கப்பட்டது. அரண்மனை மாடங்களில் மோட்ச தீபங்களும் அறைகளில் ஊதுவத்திகளும் ஏற்றப்பட்டன. அரண்மனையில் பணிபுரியும் தாதியரும் வேலையாட்களும் காவலர்களும் தினமும் மாலையில் கோட்டையில் உள்ள கோயிலில் கூடி இரண்டு மணிநேரம் அழுதுகொண்டிருந்தார்கள். ஒவ்வொருவரும் சிந்தும் கண்ணீரின் அளவைப் பொறுத்து மறுநாள் வரிசைகள் உருவாக்கப்பட்டன. குறைவாகக் கண்ணீர் சிந்திக் கடைசி வரிசைக்குத் தள்ளப்பட்டவர்கள் வரிசைகளில் முன்னேறப் பெரும்பாடுபட்டனர். கண்ணீர் அஞ்சலியில் கலந்துகொள்ளப் பொதுமக்களுக்கும் அனுமதி வழங்கப்பட்டது. மக்கள், விரைவில் அரசுப் பணியாளர்களை முறியடித்து வரிசைகளில் முந்திக்கொண்டிருந்தார்கள். மாநகரக் கோவில்களில் ராமஜெபம் செய்ய ஏற்பாடு செய்யப்பட்டது. நகரம் முழுவதும் ஊதுவத்தி வாசனை மிதந்துகொண்டிருந்தது.

பதினைந்து நாள்களும் சக்தி பேசவில்லை. அவரது கண்ணசைவும் விரல் அசைவுகளும் உத்தரவுகளாய் மாறிக்கொண்டிருந்தன. சடங்குகள் மவுனமாய் நடந்தன. புரோகிதர்களின் உடல்மொழிகளும் மந்திர உச்சாடனங்களும் அற்புதமான ஒரு நாடகம் போலக் காட்சியளித்தன. ராணி மிகுந்த சிரத்தையுடன் சடங்குகளைச் செய்துவந்தார். இதுகாறும் பெண்களை முன்னிட்டுச் சடங்குகள் செய்திராத புரோகிதர்கள் சக்தியின் விஷயத்தில் தமது சாத்திரப் பிடிப்பை இயல்பாகத் தளர்த்திக்கொண்டனர். பெண்கள் சடங்குகள் செய்ய அனுமதிக்கும் சுலோகங்களைக்கூடச் சில புரோகிதர்கள் கண்டுபிடித்துச் சொன்னார்கள்.

அந்தப் பதினைந்து நாள்களும் சக்தி தேசமெங்கும் அமைதி நிலவியது. அழுகுரல்களைத் தவிர மற்ற ஓசைகளைக் கேட்பது அரிதாகிவிட்டது. மக்கள் நடமாட்டத்தைக் குறைத்துக் கொண்டார்கள். பேச்சைக் குறைத்துக்கொண்டார்கள். ஊரெங்கும் ஊதுவத்தி வாசனை நிரம்பியிருந்தது. வீட்டு வாசல்கள் கோலங்களைத் துறந்தன. கோயில்களில் மணியோசை கேட்க வில்லை. துக்கம் தாளாமல் தற்கொலை செய்துகொண்டவர்களின்

பட்டியல் நாற்சந்திகளிலும் முச்சந்திகளிலும் ஒட்டப்பட்டது. தற்கொலைகளைத் தவிர்ப்பீர் என்னும் கோரிக்கையும் அருகில் காணப்பட்டது.

O

இளவரசர் இறந்த பதினாறாம் நாள். அரண்மனைக்கு முன்னால் மாபெரும் பந்தல் போடப்பட்டிருந்தது. முப்பதினாயிரம் பேர் உட்கார்ந்து சாப்பிடக்கூடிய அளவுக்குப் பெரிய மைதானத்தின் மேல் பந்தல் போடப்பட்டிருந்தது. அந்தப் பந்தலின் ஒரு ஓரத்தில் ராட்சசப் பாத்திரங்களில் சமையல் வேலைகள் நடந்துகொண்டிருந்தன. தலைநகரில் யார் வீட்டிலும் அடுப்புப் பற்றவைக்கப்படவில்லை. அனைத்து வீடுகளிலும் எரிய வேண்டிய நெருப்பும் ஒன்றாகச் சேர்ந்து எரிவதுபோல் பந்தலின் சமையலறையில் நெருப்பு ஊழித் தீபோல எரிந்துகொண்டிருந்தது. தீப்பிழம்புகள் ஆளுயரத்துக்குச் சீறிக்கொண்டிருந்தன. நூறு சதுர அடிவரையிலும் அனல் பரவியிருந்தது. கட்டடம் கட்டுவதற்காக எழுப்பப்படும் சாரம் போன்றதொரு கட்டுமானத்தின் மீதேறிச் சமையல்காரர்கள் பாத்திரங்களைக் கிளறிக்கொண்டிருந்தார்கள். அனைவரும் கவசங்களும் முகமூடிகளும் அணிந்திருந்தார்கள்.

பந்தலின் நடுநாயகமாக யக்ஞ குண்டம் நிறுவப்பட்டிருந்தது. பொதுமக்களும் அரசுப் பணியாளர்களும் பந்தலின் கீழ் யாக குண்டத்தினின்றும் 100 அடிகள் தொலைவில் ஆயிரம் வரிசைகளில் அமரவைக்கப்பட்டிருந்தார்கள். 100 அடி தூரத்தில் அரசர்க்கரசியைத் தரிசிக்கும் பேறு பெறுவதற்காகக் கூட்டம் முண்டியடித்தபோது கண்ணீர் அஞ்சலிக் கூட்டங்களுக்குக் கடைப்பிடிக்கப்பட்ட அளவுகோலே இங்கும் கடைப்பிடிக்கப் பட்டது. குறைவான கண்ணீரைச் சிந்திய துர்ப்பாக்கியசாலிகள் பிரதான வரிசைகளிலிருந்து சற்றுத் தள்ளிப் பத்து வரிசைகளில் அமர்த்தப்பட்டார்கள். அந்த வரிசையின்படியே உணவு வழங்குவது என்று ராஜகுருவும் தலைமை அமைச்சரும் முடிவுசெய்தார்கள்.

சடங்குகள் முடிந்ததும் அன்னதானம். அன்னதானத்துக்கு முன்பு சடங்குகள் செய்துவைத்த பிராமணர்களுக்குச் சாப்பாடு போடப்பட்டுத் தட்சிணை வழங்கப்பட்டது. இளவரசரின் குலம், கோத்திரம், பூர்வீகம் என எதையும் கேட்காமல் அரசியின் கண்ணசைவை அடியொற்றி மவுனச் சடங்குகளைச் செய்து முடித்த குருமார்கள் சாப்பிட்டு முடித்து தட்சிணை வாங்கிக்கொண்டார்கள். சக்தியின் அருகே பதினைந்து வயது மதிக்கத்தக்க ஒரு பெண் நின்றுகொண்டிருந்தாள். அவளை

இதுவரை யாரும் பார்த்ததில்லை. பேரரசி செய்யும் சடங்குகளில் அவளும் மவுனமாகப் பங்கேற்றுக்கொண்டிருந்தாள். பேரரசி போன்று கண்ணைப் பறிக்கும் அழகு இல்லை என்றாலும் பார்த்தவர்களை மறுபடியும் பார்க்க வைக்கும் தீட்சண்யமான முகம். அங்க அசைவுகளும் பாவனைகளும் சக்தியை நினைவு படுத்தினாலும் இருவரது முகத் தோற்றங்களிலும் பெரிய ஒற்றுமை எதையும் காண முடியவில்லை.

இன்னும் ஓராண்டுக் காலம்வரையிலும் இந்த நாட்டில் பிறக்கும் ஆண் குழந்தைகளுக்கு இளவரசரின் பெயரைச் சூட்ட வேண்டும் என்ற மக்களின் விருப்பத்தை அமைச்சர் வெளியிட்டார். அமைச்சரின் கூற்றை ஒரே குரலில் உரக்கக் கூறுமாறு தலைமைத் தளபதி 50 அடிமைகளைப் பணித்தார். பசியோடு காத்திருந்த குடிமக்கள் அந்த விருப்பத்தை ஆமோதித்தார்கள். புரோகிதர் களுக்குத் தட்சிணை கொடுக்கும் கடமையை அந்தச் சிறுமியே நிறைவேற்றினாள். கடைசிப் பிராமணருக்குத் தட்சிணை கொடுத்து முடித்ததும் சக்தியின் இதழ்களில் ஒரு புன்னகை அரும்பியது. அதைக் கண்ட அமைச்சர்கள் முகங்களிலும் புன்னகைகள் மலர்ந்தன. புரோகிதர்களும் ஒரு கணம் பணியை மறந்து புன்னகை பூத்தனர்.

சக்தியின் புன்னகையைக் கண்ட சில குடிமக்களும் புன்னகை புரிந்தார்கள். சக்தியின் புன்னகை சிரிப்பாக மாறியது. அமைச்சர்களும் சிரித்தார்கள். புரோகிதர்கள் தொடர்ந்தார்கள். மக்களும் சிரித்தார்கள். ராணி பெரிதாகச் சிரித்தார். அந்தச் சிரிப்பின் ஓசை பதினைந்து நாள் துக்கத்தின் மௌனத்தைக் கிழித்துக்கொண்டு வெளியை ஊடுருவியது. அதைக் கேட்ட அமைச்சர்களும் புரோகிதர்களும் பொதுமக்களும் வாய்விட்டுச் சிரித்தார்கள். சிரிப்பொலியில் பந்தல் குலுங்கியது. பூமி அதிர்ந்தது. திசைகள் தடுமாறின. அரசர்க்கரசி சிரித்துக்கொண்டே இருந்தார். அனைவரும் சிரித்துக்கொண்டே இருந்தார்கள். பசியை மறந்து சிரித்துக்கொண்டிருந்தார்கள்.

ராஜகுருவைப் பார்த்து அரசி தலையசைத்தார். அவர் தலைமைத் தளபதியை அழைத்து அவர் காதில் ஏதோ சொன்னார். தலைமைத் தளபதி மேடை ஏறி உரத்த குரலில் ஓர் அறிவிப்பை வெளியிட்டார். படை வீரர்கள் அதைக் கேட்டு ஆரவாரம் செய்தார்கள். அரசுப் பணியாளர்கள் இளவரசி வாழ்க என்றார்கள். மக்களும் இளவரசி வாழ்க என்று கோஷம் எழுப்பினார்கள்.

சிரித்தபடியே எழுந்து நின்ற சக்தியின் பார்வை வரிசைகளில் அமர்ந்திருந்த மக்களை நோக்கித் திரும்பியது. தனியாக

அமர்த்தப்பட்டிருந்த பத்து வரிசைகளில் அவர் பார்வை நிலைத்தது. விழியசைவின் குறிப்புணர்ந்த அமைச்சர் ஓடிவந்து ராணியின் காதருகே கிசுகிசுத்தார். வனப்பின் உருவமாய் நின்றிருந்த சக்தியின் முகத்தில் இருந்த புன்னகை மறைந்தது. தளபதியின் உடல் விறைத்தது. ராணியின் பார்வை உணவுப் பாத்திரங்கள் பக்கம் திரும்பியது. தலைமைப் பரிசாரகர் ஓடி வந்தார். அமைச்சர் அவரிடம் ஏதோ உத்தரவு பிறப்பித்தார். பட்டுத் துணியின் மேல் ஒரு வெள்ளித் தட்டில் லட்டு ஒன்றை வைத்து அரசியின் காலடியில் வைத்துவிட்டு நகர்ந்தார் பரிசாரகர். ராணி அந்த லட்டின் ஒரு பகுதியை மட்டும் விண்டு எடுத்துச் சுவைத்தார். இளவரசியின் வாயில் ஒரு துண்டு லட்டை ஊட்டினார். பிறகு இருவரும் கிளம்பிச் சென்றார்கள்.

பேரரசியும் இளவரசியும் கிளம்பிச் சென்று அரை நாழிகை ஆன பிறகு பந்தலில் சலசலப்பு ஏற்படத் தொடங்கியது. அமைச்சர் பெருமக்களும் தளகர்த்தர்களும் அரசுப் பணியாளர்களும் இறுக்கம் தளர்ந்து நின்றார்கள். பந்தி தொடங்கியது. உட்கார்ந்திருந்த வரிசைப்படியே உணவு பரிமாறப்பட்டது. பரிமாறும்போது அரசுப் பணியாளர்கள் மத்தியில் சலசலப்பு அதிகரித்தது.

திடீரென்று தளர்ந்த இறுக்கம் வழக்கத்துக்கு மாறான பேச்சுகளுக்கு மடை திறந்துவிட்டது. அரசு ஊழியர்கள் கலகலவென்று பேசிக்கொள்வதைப் பார்த்த மக்களும் கலகலப்பாகப் பேச ஆரம்பித்தார்கள். யாரோ எதையோ சொல்ல, யாரோ எதற்கோ சிரித்தார்கள். நேரம் செல்லச் செல்ல உற்சாகம் கூடிக்கொண்டேவந்தது. வயிறு புடைக்கச் சாப்பிட்ட சிலர் தங்களை அறியாமல் நடனம் ஆடத் தொடங்கினார்கள். குதிரைப் படை வீரன் ஒருவன் சக்தி காவியத்திலிருந்து ஒரு பாடலைப் பாடினான். அவனைத் தொடர்ந்து இதர வீரர்களும் பாடினார்கள். அரசுப் பணியாளர்களும் சேர்ந்துகொண்டார்கள். அமைச்சர்களின் அதரங்களும் தம்மையறியாமல் அசையத் தொடங்கின. கூட்டமும் பாடத் தொடங்கியது. சுருதி பேதங்களுடன் பாடல் ஒலிகள் அந்த மண்டபத்தை நிரப்பத் தொடங்கின. பாடல் தொடங்கியதும் ஆட்டம் வேகம் கண்டது. ஆட்டமும் பாட்டும் சேர்ந்து அந்த இடம் ஒரு திருவிழாபோலத் தோற்றம் அளித்தது. பல நாட்களாகக் கேளிக்கைகள் அற்றிருந்த குழந்தைகள் அடைந்த குதூகலத்துக்கு அளவே இல்லாமல் போயிற்று. பெண்களும் பொது இடத்தில் வழக்கத்துக்கு மாறான உற்சாகத்தைக் காட்டி ஆடிக்கொண்டிருந்தார்கள். அப்போது படைத் தலைவர்களில் ஒருவர் 'இளவரசி வாழ்க' எனக் கோஷம் எழுப்பினார். அவருக்கு அருகில் நின்றிருந்த சிலர் அதைத் திருப்பிச் சொன்னார்கள். அந்தக் கோஷம்

கூட்டம் முழுவதும் பரவ ஆரம்பித்தது. சிறிது நேரம் கழித்துக் கூட்டம் முழுவதும் 'இளவரசி வாழ்க' எனக் கோஷம் எழுப்ப ஆரம்பித்தது. 'மகாராணி வாழ்க' என்றும் 'இளவரசி வாழ்க' என்றும் கோஷங்கள் மாறி மாறி எழுந்துகொண்டிருந்தன. சாப்பிட்டுக்கொண்டிருந்தவர்களும் எச்சில் கைகளை அந்தரத்தில் வீசி கோஷம் எழுப்பினார்கள். தலைமை அமைச்சரும் தலைமைத் தளபதியும் ராஜகுருவும் அரங்கின் மூலையில் நின்றபடி இவற்றையெல்லாம் பார்த்துக்கொண்டிருந்தார்கள்.

காலச்சுவடு, 2007

உருமாற்றம்

அதன் பிறகு அவரை நான் அதிகம் பார்க்கவில்லை. சரியாகச் சொல்வதனால் இரண்டு முறை மட்டுமே பார்த்தேன். ஒருமுறை நான் தேடிச் சென்றேன். இன்னொரு முறை அவர் என்னைத் தேடி வந்தார். அதன் பிறகு பார்க்கவில்லை. அவரைப் பற்றிக் கேள்விப்பட்ட விஷயங்களெல்லாம் சங்கடத்தை ஏற்படுத்திக்கொண்டே இருந்ததில் அவரைப் பார்க்கவில்லையே என்ற ஏக்கம் முனைப்புக்கொள்ளவில்லை. என்ன நடந்தது, ஏன் உங்களைப் பற்றி இப்படியெல்லாம் செய்திகள் வருகின்றன, இவையெல்லாம் உண்மையா என்றெல்லாம் கேட்க வேண்டும் என்ற அரிப்பு எதுவும் என்னைத் தொந்தரவு செய்துகொண்டிருக்கவில்லை என்பது யோசித்துப் பார்க்கையில் மிகுந்த ஆச்சரியத்தைத் தருகிறது. நாட்கள் செல்லச் செல்ல அவரைப் பார்த்தாலும் பதற்றமில்லாமல் இந்தக் கேள்விகளைத் தாண்டிச் சென்றுவிடுவேன் என்றுதான் தோன்றுகிறது. கேள்விகள் எழலாம். ஆனால் பார்த்ததும் துள்ளி எழாது. சம்பிரதாயமான பேச்சுகள் முடிந்த பிறகு இயல்பாக உருவாகக்கூடிய சிறிய மௌனத்தை மெல்ல அசைத்தபடி அந்தக் கேள்விகள் எழக்கூடும். அதுவும் ஒரு சாத்தியம்தான். நிச்சயம் அல்ல. சந்திக்காமலே போய்விடலாம். கேட்காமலே போகலாம். வாழ்நாள் முழுவதும் தீர்க்க முடியாத சங்கடமாக இந்தக் கேள்விகள் என் மனத்தின் அடியாழத்தில் தங்கி எப்போதேனும் மேற்பரப்பில் எட்டிப் பார்த்துவிட்டு மீண்டும் மறைந்துபோகலாம். அடியாழத்தில் இந்தக்

கேள்விகளின் இருப்பைத் தக்கவைப்பதற்கான நினைவின் எச்சங்கள் நிறையவே இருகின்றன.

கேள்விதான் முக்கியம். நான் என்ன பதில் சொல்றேன், கிருஷ்ணா என்ன பதில் சொல்றார், உனக்கு என்ன தோணுது அப்படீங்கறதெல்லாம் இந்த நிமிஷத்துல முக்கியம்தான். ஏன்னா அந்த பதிலை வச்சுத்தான் உன் செயல்களை நீ அமைச்சுக்கப்போறே. ஆனா நாளைக்கு அந்த பதில் தப்பாகலாம். முடிவு மாறலாம். மாத்த முடியாமப்போனா வருத்தப்படலாம். ஆனா கேள்வி மாறாது. மாறக் கூடாது. கேள்வியோட தீவிரம் மாறக் கூடாது. கேள்விகள் மாறாம இருந்தா பதில்கள் கிடைச்சிக்கிட்டே இருக்கும். புதுப் புதுக் கேள்விகள் மொளச்சிக்கிட்டே இருக்கும். கேள்விகளும் பதில்களும் ஒண்ணையொண்ணு உருவாக்கிக்கிட்டே இருக்கும். இதுகள நீ பின்தொடர்ந்து போனா நெறய கதவு தெறக்கும். நெறய பாதைகள் விரியும் . . .

ஆச்சரியம் என்னவென்றால் அவரைப் பார்க்க முடியாமல் போகக்கூடும், எதுவுமே பரிமாறிக்கொள்ள முடியாமல் போகக்கூடும், எதையுமே கேட்க முடியாமல் போகக்கூடும் என்னும் சாத்தியங்கள் இப்போது எனக்குப் பெரிய சோகம் எதையும் ஏற்படுத்தவில்லை என்பதுதான். விடலைப் பருவம் தொடங்கி இளமைப் பருவத்தின் உச்சம் வரையிலான என் வாழ்வில் தவிர்க்க முடியாமல் இடம்பெற்ற ஒரு நபரின் பிரிவு என் ஆழ் மன எண்ணங்களில் போதிய அளவு ஏன் கனம் ஏற்படுத்தவில்லை? வாழ்வின் முக்கியமான கட்டங்களில் அவர் என்னுடன் இருந்திருக்கிறார். முக்கியமான முடிவுகளில் அவர் பங்கு இருந்திருக்கிறது. அப்படியும் ஏன் மனம் அடித்துக்கொள்ளவில்லை? அவரது பக்குவமும் அறிவும் நிதானமும் தீர்க்கமும் எனக்கு உதவிய காலங்கள் குறையக் குறைய அவர் மீதான எனது ஈடுபாடும் குறைந்துவந்ததா?

என்ன செய்வது, என்ன செய்வது என்று பரிதவிப்புடன் நின்ற நாட்களை நான் கடந்து வந்துவிட்டேன். அப்படி நின்றபோதெல்லாம் என் கால்கள் சென்று நின்றது அவர் வீட்டு வாசலில்தான். நெருக்கடிகளும் வேதனைகளும் துரோகங்களும் குழப்பங்களும் நிம்மதியின்மையும் என்னைத் திரும்பத் திரும்ப அவர் வீட்டு வாசலில் கொண்டுபோய் நிறுத்தியிருக்கின்றன. உச்சி வெயில் மண்டையைப் பிளக்க, மிதிவண்டியை எடுத்துக்கொண்டு அவர் வீட்டுக்குச் சென்று அழைப்பு மணியை அழுத்திவிட்டுப் பதற்றத்துடன் காத்திருப்பவனை வரவேற்கும்

அவரது குளிர்ச்சியான கண்கள். அன்பும் அக்கறையும் தேக்கிய கூர்மையான கண்கள். கிருஷ்ணா சொல்வார், தன்னைப் பற்றிய எதையும் வெளிப்படுத்தாமல் எதிராளியின் மனத்தை ஊடுருவும் கண்கள் என்று. பார்த்த ஒரு நொடியில் என் மனநிலையை உணர்ந்து ஆசுவாசம் அளிக்கும் கண்கள். கவலைப்படாதே என்று சொல்லும் புன்னகை.

பேசத் தொடங்குவதற்கு முன் படபடப்பும் கழிவிரக்கமும் சேர்ந்து ஒரு சொல்கூட வெளியே வராமல் கிட்டத்தட்ட ஐந்து நிமிடங்கள் திணறிக்கொண்டிருந்தபோது அவர் அமைதியாக என்னையே பார்த்துக்கொண்டிருந்தார். பேசும்படி என்னைத் தூண்டவில்லை. எங்கிருந்தாவது எடுத்துக் கொடுக்க முயலவில்லை. எவ்வளவு நேரம் காத்திருப்பது என்ற அவஸ்தைக்கு ஆளாகவில்லை. எப்போது சொல்ல முடிகிறதோ அப்போது கூப்பிடு என்ற பாவனையில் கையில் எதையோ எடுத்து வைத்துக்கொண்டு படிக்க ஆரம்பிக்கவில்லை. அமைதியாக என்னைப் பார்த்துக்கொண்டிருந்தார். முகத்தில் அனுதாபமோ கருணையோ வெளிப்படவில்லை. அமைதி. தோழமை உணர்வு தவிர்த்த வேறு எந்த உணர்ச்சியுமற்ற அமைதி. பெருமுயற்சிக்குப் பிறகு சட்டென்று பேச ஆரம்பித்தேன். கிட்டத்தட்ட இருபது இருபத்தைந்து நிமிடங்கள் பேசியிருப்பேன். கழிவிரக்கம், குற்ற உணர்ச்சி, நிராசை, பதற்றம், பரிதவிப்பு என அனைத்தும் கலந்த உணர்வுகளின் குமுறல் அந்தப் பேச்சு.

அவர் உடனடியாக எதுவும் சொல்லவில்லை. சிறிது நேரம் அமைதியாகத் தரையையே பார்த்திருந்தார். பிறகு என்னை நிமிர்ந்து பார்த்தார். மெலிதான புன்னகை ஒன்று அவர் முகத்தில் தோற்றம் கொண்டது. என் கண்களையே பார்த்துக் கொண்டிருந்தவர் மெதுவாகப் பேச ஆரம்பித்தார். விடுவிக்க முடியாத சிக்கலாய்ப் பிணைந்து கிடந்த பிரச்சினையின் கூறுகள் ஒவ்வொன்றாக நெகிழ ஆரம்பித்தன. எந்த இழை, எங்கிருந்து தொடங்கி எங்கே செல்கிறது, பிற இழைகளுடன் எங்கே, ஏன் பின்னிக்கொள்கிறது, என்பவையெல்லாம் அவர் பேச்சில் துலங்க ஆரம்பித்தன. மெல்ல மெல்ல என் மனத்தில் இருந்த பதற்றமும் குற்ற உணர்ச்சியும் விலகின. மொத்தப் பிரச்சினையும் ஒரு கணிதப் புதிர்போலவும் சதுரங்க ஆட்டத்தின் சமன்பாடு போலவும் தெரிய ஆரம்பித்தது. மனம் ஆசுவாசமடைந்தது. உறக்கமற்ற இரவுகள் முறுக்கேற்றிய மன இறுக்கத்தின் உச்சம் சட்டெனத் தளர்ந்தது.

பிரச்சினையை அவர் அணுகிய விதமே எனக்கு உதவியது. நெருக்கடியை எதிர்கொள்ளத் தான் ஆற்றக்கூடிய பங்கைக்

குறித்த அவரது மனத் தயாரிப்பு என்னை நெகிழச் செய்தது. அதற்கு முன்பும் பின்பும் பிரச்சினையில் உந்தப்பட்டுப் பலமுறை அவரிடம் சென்றிருக்கிறேன். அலாதியான ஆசுவாசம் பெறாமல் ஒருபோதும் திரும்பியதில்லை.

ஆசுவாசத்தைப் புறத்தில் தேடும் பழக்கம் இன்று என்னிடம் அனேகமாக இல்லை. இப்போதெல்லாம் எந்தப் பிரச்சினையும் அமைதியிழந்து பரிதவிக்கச் செய்வதில்லை. மனக்கொதிப்பின் வெளிப்பாடாய் நாட்குறிப்பு எழுதுவதற்கான உந்துதல் எதுவும் ஏற்படுவதில்லை. இந்த மாற்றம் பக்குவம் கூடியதாலா அல்லது பிரச்சினைகள் குறைந்ததாலா எனத் தெளிவாகச் சொல்ல முடியவில்லை. கொட்டித் தீர்க்க இன்று யாரும் இல்லை. கொட்ட வேண்டிய அவசியமும் இன்று அதிகம் இல்லை.

பிரச்சினைகளின் நெருக்கடியும் தவிப்பும் இல்லாமல் போனதால்தான் அவரது பிரிவு என்னை அதிகம் பாதிக்க வில்லையா? தெளிவாகத் தெரியவில்லை. ஆனால் பிரச்சினைக்காக மட்டும் நான் அவரிடம் போனதில்லை. பல்வேறு வண்ணங்களும் நிழல்களும் கொண்ட சந்திப்புகள், விவாதங்கள், பகிர்தல்கள் எங்களுக்குள் நிகழ்ந்திருக்கின்றன. ஒரு விதத்தில் எனக்கான உரைகல்லாகவும் சாணைக்கல்லாகவும் அவர் இருந்திருக்கிறார். இன்றைக்கும் என்றைக்கும் அதுபோன்ற ஒரு தோழமை தேவைதான். ஆனால் அதன் பிறகு அவரை நான் பார்க்கவில்லை.

என்னுடைய அண்ணன்தான் அவரை எனக்கு அறிமுகப் படுத்தினான். அவனுடைய கல்லூரியில் ஒரு விழாவுக்கு அவர் பேச வந்ததாகவும் அவர் பேச்சு தனக்கும் தன் நண்பர்களுக்கும் பிடித்துப்போய்விட்டதாகவும் கூறினான். வழக்கமாக நாம் கேட்கும் பேச்சே அல்ல அது என்றான். பேச்சை நிறுத்திவிட்டு மேடையில் இருந்தபடி மாணவர்களோடு அவர் உரையாட அரம்பித்துவிட்டார். மாணவர்கள் மிகுந்த உற்சாகத்தோடு கலந்துகொண்டார்கள். படிப்படியாக அவர் தன் பேச்சை வளர்த்துக்கொண்டுபோன விதம் பிரமிப்பூட்டும்படி இருந்தது என்றான். கூட்டம் முடிந்ததும் இவனும் இவன் நண்பர் களும் அவரைப் பார்த்துப் பேசியிருக்கிறார்கள். கல்லூரி மைதானத்திலும் கேன்டீனிலுமாக சுமார் இரண்டு மணிநேரம் பேசிக்கொண்டிருந்திருக்கிறார்கள்.

அதன் பிறகு வாராவாரம் அவரைச் சந்திப்பது அவர்களுக்குப் பழக்கமாகிவிட்டது. அவர்களது புளகாங்கிதத்தைக் கண்டு எனக்கும் அவரைப் பார்க்க வேண்டும்போல் இருந்தது. ஒரு முறை நானும் அவர்களுடன் போனேன்.

அது ஒரு ஞாயிற்றுக்கிழமை மாலை நேரம். மழை முடிந்து குளிர் தொடங்கும் பருவம். போக்குவரத்து நெரிசலற்ற சாலைகளில் மிதிவண்டிகளில் உற்சாகமாகப் பயணம் செய்தோம். அன்றைய நாட்களில் மிதிவண்டிகள் தெருக்களில் அதிகம் புழங்கிக்கொண்டிருந்தன. மெல்லிய குளிர்ச்சியும் நெரிசல் அற்ற சாலைகளும் எங்கள் உற்சாகத்தைக் கூட்டியபடி இருந்தன. முதலில் போய்க்கொண்டிருந்த முத்துவை முந்திவிட வேண்டும் என்ற துடிப்புடன் நான் வண்டியை வேகமாக மிதித்தது இன்னும் நினைவில் இருக்கிறது. அதைத் தெரிந்துகொண்டு முத்துவும் வேகத்தைக் குறைக்காமல் ஓட்டினான். கடைசியில் ஜெயித்தது நானோ முத்துவோ அல்ல. ஒரு திருப்பத்தில் என் அண்ணனின் வண்டி எங்கள் இருவரையும் தாண்டிச் சென்றது. அவனை முந்தும் உத்வேகத்துடன் நானும் முத்துவும் மேலும் அழுத்தமாக மிதிக்கத் தொடங்குகையில் அவன் வண்டி சட்டென்று ஒரு அடுக்குமாடிக் குடியிருப்பினுள் நுழைந்தது. அனைவரும் அவனைப் பின்தொடர்ந்தோம்.

வண்டியை ஓரமாக நிறுத்திவிட்டு அந்தக் குடியிருப்பைச் சுற்றிப் பார்வையை ஓட்டினேன். சென்னையில் முதன்முதலாக உருவான அடுக்குமாடிக் குடியிருப்புகளில் ஒன்று அது. விசாலமாக இடம் விட்டு வீடுகள் கட்டப்பட்டிருந்தன. காலியிடங்களில் பாதைகளும் பாதைகளின் ஓரங்களில் செடிகளும் இருந்தன. மேலே சென்று அழைப்பு மணியை அழுத்திய ஒரு சில வினாடிகளில் கதவு திறந்தது. அங்கே அவர் நின்றுகொண்டொருந்தார்.

ஒடிசலான உடல். நெடுநெடுவென்ற உயரம். அடர்த்தியான மீசை. மெல்லிய சட்டம் போட்ட கண்ணாடி. அவரைப் பார்த்ததுமே எனக்குப் பிடித்துப்போய்விட்டது. பேசும்போது தரையில் நிமிர்ந்து உட்கார்ந்திருந்த அந்தத் தோற்றமே வித்தியாசமாக இருந்தது. கிட்டத்தட்ட ஒரு மணிநேரம் முதுகை வளைக்காமல் அமர்ந்து பேசிக்கொண்டிருந்தார். யோகாசன ஆசிரியர்போல இருந்தார். என்னை அறிமுகப்படுத்தியபோது அவர் முகத்தில் தோன்றிய புன்னகை அழகாக இருந்தது. கே. ராமமூர்த்தி என்ற பெயர் கொண்ட அவரை 'கேயார்' என்று அவர்கள் அழைத்தார்கள்.

"என்ன படிக்கற?" என்று கேட்டார். சொன்னேன். "பாடப் புஸ்தகங்கள் தவிர என்ன படிக்கற?" என்றார். "பேப்பர், குமுதம், விகடன்' என்றேன். "அப்புறம்" என்றார். "நாவல்..." என்றேன். "கடைசியா என்ன நாவல் படிச்ச?" "கடல்புறா." அவர் பதில் சொல்லவில்லை. ஆனால், அவர் என்னைப் பார்த்த விதம் எனக்குப் புதியதாக இருந்தது.

கடைசியாக ஒரு முறை

அவர் அறையில் இரண்டு பெரிய அலமாரிகள். ஒன்றில் ஆங்கிலப் புத்தகங்கள். மற்றொன்றில் தமிழ். அங்கு என் கண்ணில் பட்ட எந்தப் புத்தகத்தையும் அதுவரை நான் பார்த்ததில்லை. மாலை நேரக் கல்லூரி ஒன்றில் விரிவுரையாளராக இருந்து கொண்டே பொருளாதாரத்தில் ஆராய்ச்சிப் பட்டத்துக்காகப் படித்துக்கொண்டிருக்கிறார் என்று அண்ணன் சொல்லியிருந்தான். சென்னை வளர்ச்சி ஆராய்ச்சி நிறுவனத்தின் பேராசிரியர் ஒருவர் இயற்கை வேளாண்மை தொடர்பாகச் செய்துவரும் சில ஆய்வுகளிலும் அவர் பங்கெடுத்துக்கொண்டிருக்கிறாராம்.

எல்லோரும் கிளம்பியதும் நான் மட்டும் ஒரு நிமிடம் தாமதித்தேன். நான் ஏதோ கேட்க விரும்புவதை அவர் புரிந்து கொண்டார். “உங்களுக்கு யோகா தெரியுமா?” என்று கேட்டேன். மெல்லிய சிரிப்பு ஒன்று அவரிடமிருந்து வெளிப்பட்டது. “யோகாசனம் பண்ணுவேன்” என்றார். “நான் ரொம்பக் குள்ளமா இருக்கேன். ஹைட்டாகறதுக்கு ஏதாவது யோகாசனம் இருக்கா?” என்றேன். “நாளைக்குக் காலைல வா” என்றார். கிளம்பும்போது நன்றாக இருட்டியிருந்தது. மனத்தில் உற்சாகம் கூடியிருந்தது.

அடுத்த ஓராண்டுக்குள் என் உயரத்தில் கணிசமான முன்னேற்றம் தெரிந்தது இயல்பானதா அல்லது கேயார் சொல்லிக்கொடுத்த யோகாசனங்களாலா என்பதை என்னால் இப்போது உறுதியாகச் சொல்ல முடியவில்லை. ஆனால், அந்தச் சந்திப்பு என் அகத்தில் ஏற்படுத்திய மாற்றம் பற்றி உறுதியாகச் சொல்ல முடியும். என் அக்கறைகளை விரிவுபடுத்தியதிலிருந்து என் பார்வைகள், அணுகுமுறைகளில் ஏற்படுத்திய பாதிப்புகள் வரையிலும் என் ஆளுமையில் அவர் ஏற்படுத்திய தாக்கம் அசாதாரணமானது. பல விதமான நூல்களை நான் அவரது அறிமுகத்தினால்தான் படித்தேன். பதற்றமின்றிப் பிரச்சினைகளை அணுக அவரிடமிருந்துதான் கற்றுக்கொண்டேன்.

இளம் பருவத்தின் தொடக்கக் கட்டம் என்பதால் அவர் மூலம் கிடைத்த வழிகாட்டுதல்களும் உத்வேகங்களும் மறக்க முடியாதவை. வீட்டாருடன் அந்நியப்படும் வயதில் இருந்த எங்களுக்கு ஆரோக்கியமான புகலிடமாக விளங்கியது அவரது வீடு. அவருடைய மாமாவுக்குச் சொந்தமான ஒரு பெரிய வீட்டில் தனி ஆளாக அவர் தங்கியிருந்தது எங்களுக்கு மிகவும் வசதியாக இருந்தது. சிறிய சாக்கு கிடைத்தாலும் அவர் வீட்டுக்குப் போய்விடுவது எங்களது முக்கியமான பொழுதுபோக்கு. எங்களிடம் அவர் வீட்டின் சாவி ஒன்று இருந்தது. அவர் இல்லாதபோதும் அங்கு செல்வோம். புத்தகம்

படிப்போம். டிவி பார்ப்போம். அவர் இருக்கும்போது பேச்சு, பேச்சு, பேச்சு . . .

இரவில் பல மணிநேரங்கள் விழித்தபடி பேசியிருக்கிறோம். அவருக்குத் திருமணமாவதற்கு முன் நாங்கள் நான்கைந்து நண்பர்கள் அவர் வீட்டில் கூடி இரண்டு, மூன்று மணி வரை பேசிவிட்டுத் தூங்குவோம். காலையில் எங்களுக்கு முன் எழுந்து, பாலைக் காய்ச்சி, தேநீர் போடுவதற்கான தயாரிப்புகளைச் செய்துவிட்டு, செய்தித்தாள் படித்தபடி எங்களுக்காக அவர் காத்திருப்பார். ஜன்னல் வழியே கூடத்தில் விழும் வெயில் கண்களைக் கூச வைக்கும். கண்களைத் திறக்க முடியாமல் திறந்து அவரைப் பார்க்கும்போது அவரது முகத்தில் தெரியும் பொலிவு எங்களை வெட்கமுறச் செய்யும்.

தேநீர் குடித்த பிறகு கேட்டேன். மிகக் குறைவான தூக்கத்துடன் எப்படி இவ்வளவு புத்துணர்வுடன் இருக்கிறீர்கள் என்று. வழக்கம் போல ஒரு மென்சிரிப்பு. எவ்வளவு நேரம் தூங்குகிறோம் என்பது முக்கியமில்லை. எப்படித் தூங்குகிறோம் என்பதுதான் முக்கியம் என்றார். பிறகு தூக்கத்தைப் பற்றிப் பேச்சுத் தொடங்கியது. தூக்கம் வராமை, தொந்தரவு மிகுந்த தூக்கம் ஆகியவற்றின் காரணங்களைப் பற்றிப் பேசினார். அன்றாட நிகழ்வுகள் குறித்த நினைவுகளிலிருந்து துக்கத்தைப் பிரிப்பது பற்றிப் பேசினார். ஒரு செயலின் நிழல் அதனுடன் தொடர்பற்ற இன்னொரு செயலின்மீது விழும்போதுதான் நிகழ்தருணச் செயல் பாதிக்கப்படுகிறது. காய்கறி நறுக்கும் செயலின் நிழல், வண்டி ஓட்டும் செயலின் மீது படரும்போது விபத்துக்கான சாத்தியம் கூடிவிடுகிறது. சிக்கலான ஒரு கணக்கைப் போடும்போது அப்பாவுக்கு எழுத வேண்டிய கடிதத்தைப் பற்றிய நினைவு ஊடுருவி, கணிதத்தை மேலும் சிக்கலாக்குகிறது. உடல், மனம், அறிவு மூன்றையும் நிகழ்தருணச் செயலில் குவிக்க முடிந்தால் எல்லாக் காரியங்களிலும் நமது அதிகபட்சத் திறனை வெளிப்படுத்தலாம். எல்லாவற்றையும் மேலும் சுலபமாகச் செய்யலாம். தூக்கத்துக்கும் இது பொருந்தும் . . .

இது அவரது பாணி. சிந்தனையைச் சொற்களால் வெளிபடுத்தியபடி பயணம் செய்து ஊற்றுக்கண்களைத் தொட முயலுவார். கனவுகள் பற்றியும் அச்சங்கள் பற்றியும் தோல்விகள் பற்றியும் கர்வங்கள் பற்றியும் இதுபோலவே அவரிடம் பல வரைபடங்கள் எங்களுக்குக் கிடைத்திருக்கின்றன. அவற்றை அவர் ஆராய்ந்தபடி செல்லும் விதம் எனது பார்வையை அகலமாக்கிப் புதிய விஷயங்களைப் பார்க்க வைத்திருக்கின்றன. நிதானம்

தவறிய நிலையில் ஒருபோதும் அவரை நான் பார்த்ததில்லை. தனது செயல்கள் மீது இந்த அளவுக்கு ஆளுகை கொண்ட ஒருவரையும் நான் பார்த்ததில்லை.

உலகமயமாக்கலின் தொடக்கக் கட்ட அறிகுறிகள் தெரிய ஆரம்பித்திருந்த காலம் அது. அரசுக் கொள்கைகளிலும் பொருளாதாரச் சூழலிலும் ஏற்படவிருக்கும் மாற்றங்கள் பற்றிப் பேசிக்கொண்டிருந்தார் கேயார். இன்று நாம் பார்த்துவரும் பல்வேறு மாற்றங்களையும் பற்றி அன்று அவர் சொல்லிக் கொண்டிருந்தது எனக்கு நினைவிருக்கிறது. பொருளாதாரம் பற்றி எனக்கு ஒன்றும் தெரியாது என்பதால் நான் அதிகம் பேசவில்லை. பேச்சின் நடுவில் ஒருமுறை உள்ளே போய்விட்டு வந்தார். என்ன விஷயம் என்று கேட்டேன். பால் பொங்கியது, அடுப்பை அணைத்தேன் என்றார். எனக்கு சத்தம் கேட்கவில்லையே என்றேன். எனக்கும் கேட்கவில்லை என்றார். பின் எப்படி அது பொங்கும் நேரத்தில் போய் அணைத்தீர்கள் என்றேன். சிரித்தார். கட்டற்ற சந்தையின் தன்மைகளைப் பற்றித் தொடர்ந்து பேச ஆரம்பித்தார். அவரது தலைக்குப் பின்னால் ஜன்னலுக்கு வெளியே தெரிந்த வானம் மெதுவாக நிறம் மாறிக்கொண்டிருந்த காட்சி இன்னமும் என் நினைவில் இருக்கிறது.

இன்னொரு முறை பேச்சின் நடுவே குளியலறைக்குள் சென்றுவிட்டு உடனே திரும்பினார். குழாயிலிருந்து தொட்டியில் தண்ணீர் கொட்டும் சத்தம் கேட்டது. அன்றும் ஏதோ முக்கியமான விஷயம் பற்றிப் பேசிக்கொண்டிருந்தோம். நான் வழக்கம்போலக் கொதிப்புடன் ஒரே மூச்சில் ஐந்து நிமிடம் பேசிவிட்டு நிறுத்தினேன். அவர் என்ன பதில் சொல்கிறார் என்று அவர் முகத்தையே பார்த்துக்கொண்டிருந்தேன். அவர் எதுவும் பேசாமல் குளியலறைக்குச் சென்றார். எனக்கு பதில் சொல்லாமல் போகிறாரே என்று தோன்றியது. ஒரு சில விநாடிகளில் திரும்பிவிட்டார். சிறிய அவஸ்தையுடன் அவரைப் பார்த்துக்கொண்டிருந்தேன். திடீரென்று அந்த அறையில் நிலவிய அமைதியை உணர முடிந்தது. கொஞ்ச நேரத்துக்கு முன்பு என் குரலுடன் போட்டிபோட்டு ஒலித்த ஏதோ ஒரு ஓசை இப்போது இல்லை என்பதை என் காதுகளில் மோதிய வெறுமை உணர்த்தியது. குழாயில் தண்ணீர் கொட்டிக்கொண்டிருந்த சத்தம் நின்றுபோனது சட்டென்று உறைத்தது. விரைந்து சென்று குளியலறைக்குள் எட்டிப் பார்த்தேன். தொட்டி நிரம்பியிருந்தது. குழாய் மூடப்பட்டிருந்தது.

இந்தச் சம்பவத்தை நினைத்துப் பார்த்துப் பல நாட்கள் வெட்கப்பட்டிருக்கிறேன். என் படபடப்பையும்

நிதானமின்மையையும், மிகச் சிறிய புறத் தூண்டுதலிலும் சமநிலை குலைந்துவிடும் தன்மையையும் எண்ணி வருந்தியிருக்கிறேன். அதற்கு நேர் எதிரான இடத்தில் அவர் இருப்பதாக உணர்ந்தேன். உணவில் ஒரு அளவு, பேச்சில் ஒரு அளவு, நடமாட்டத்தில் ஒரு அளவு, செயல்களில் ஒரு அளவு என எல்லாவற்றிலும் சமநிலை பிறழாமல் இருப்பவனே யோகி என்று பகவத் கீதையில் படித்தது கேயாரைப் பார்க்கும்போது நினைவுக்கு வரும். அவரைப் போல நானும் ஆக முடியாதா என ஏங்குவேன்.

அறிவுக் கூர்மையும் சமநிலையும் மட்டுமல்ல கேயார். தன்னைச் சுற்றியிருப்பவர்களின் தேவைகள், பிரச்சினைகள் ஆகியவை குறித்து அவருக்கு மிகக் கூர்மையான கவனமும் அக்கறையும் இருந்தது. சென்ற ஆண்டின் பட்ஜெட் பற்றிப் பேசும்போது விவசாயத்துக்காக ஒதுக்கப்பட்ட தொகையைத் துல்லியமாகக் கூறுவது போலவே எங்கள் சுபாவங்கள், குறைகள், தேவைகளையும் அவர் துல்லியமாக அறிந்திருந்தார். எல்லோருக்கும் டீ போடும்போது கார்த்திக்குக்கு மட்டும் அதிமாகச் சர்க்கரை போட ஒருபோதும் தவற மாட்டார். சூடாகக் குடித்துப் பழக்கமில்லாத மணிவண்ணனுக்கு மட்டும் தம்ளருடன் டபராவும் கிடைக்கும். மழைக்காலத்தில் தேநீரில் இஞ்சி சேர்ந்திருக்கும். பேனாவின் மீது எனக்குள்ள ஆர்வத்தை அறிந்தவர் அவ்வப்போது புதுப்புதுப் பேனாக்களை எனக்குப் பரிசளிப்பார். சில சமயம் அவர் என்ன செய்கிறார் என்பதே நமக்குத் தெரியாத அளவுக்கு மிக அமைதியாக உதவிகள் செய்வார்.

அன்றைக்கும் நான்கைந்து பேர் அவரைப் பார்க்கச் சென்றிருந்தோம். அவர் அலுவலகத்திலிருந்து வரவில்லை. புதிதாகச் சேர்ந்திருந்த வேலையில் இரவுப் பணி. வெளியில் மழை கொட்டிக்கொண்டிருந்தது. சிறிது நேரம் பேசிக் கொண்டிருந்துவிட்டு ஒவ்வொருவராகத் தூங்கிவிட்டோம். நான்தான் கடைசியாகத் தூங்கினேன். எனக்குத் தலையணை கிடைக்கவில்லை. தலையணையையும் தூக்கத்தையும் என்னால் பிரித்துப் பார்க்கவே முடியாது. தூங்குகிறவனின் தலையிருந்து தலையணையை உருவவும் மனம் வரவில்லை. மிகுந்த அவஸ்தையுடன் படுத்தேன். கழுத்து வலித்தது. தூக்கம் வரவில்லை. நெடுநேரப் போராட்டத்துக்குப் பிறகு களைப்பு மிகுதியில் தூங்கிவிட்டேன்.

காலையில் எழுந்திருக்கும்போது கேயார் பேப்பர் படித்தபடி டீ குடித்துக்கொண்டிருந்தார். மழை விட்டிருந்தது. மழையிரவுக்குப் பிந்திய காலை நேரத்தின் சிலுசிலுப்பு அறையெங்கும்

பரவியிருந்தது. நண்பர்களில் இருவர் கிளம்பிவிட்டிருந்தார்கள். ஒருவன் தூங்கிக்கொண்டிருந்தான். போர்வையை விலக்க மனமின்றி ஒருக்களித்தபடி சுருண்டு படுத்தபோதுதான் என் தலையின் கீழ் இருந்த பொருளை உணர்ந்தேன். நாற்காலியில் போடப்படும் மெத்தை அது. நான் போட்டுக்கொள்ளவில்லை என்பதும், இந்த எண்ணம் எனக்குத் தோன்றவில்லையே என்பதும் ஒரே சமயத்தில் என் மனத்தில் உதித்தன. நான் கேயாரைப் பார்த்தேன். அவர் முகத்தில் சிறுபுன்னகை வெளிப்பட்டது. அவர்தான் அதை வைத்திருக்க வேண்டும்.

இப்போது இதையெல்லாம் நினைவுகூரும்போது, எவ்வளவு பயன்பாட்டுக்கு உள்ளானாலும் தன் பொருளைச் சிறிதும் இழக்காத ஒரு சொற்றொடர் நினைவுக்கு வருகிறது. எல்லாவற்றுக்கும் ஒரு முடிவு இருக்கிறது – நல்ல விஷயங்கள் உட்பட. கேயாருக்கும் எனக்கும் இடையே இருந்த உறவும் அப்படித்தான். எந்தக் காரணமும் இல்லாமல் எந்த அறிகுறியும் இல்லாமல் ஒரு நாள் அது முடிந்துபோனது. முடிந்துபோனது என்பதை உணரவே மூன்று வருடங்களுக்குமேல் ஆகியது. இன்று, கிட்டத்தட்டப் பத்து ஆண்டுகள் கழித்து எல்லாவற்றையும் யோசித்துப் பார்க்கும்போது துக்கம் பொங்குகிறது. யாரும் எதிர்பாராத விதமாய் நடந்த அவரது திருமணம், அதன் பிறகு அவரது அன்றாட வாழ்க்கையில், பணித் திட்டங்களில் ஏற்பட்ட மாற்றம், நண்பர்களுக்கான வெளி அவரிடத்தில் குறைந்துபோனது என்று மெல்ல மெல்ல உறவின் சமன்பாடுகள் மாற ஆரம்பித்தன. என்றாலும் இந்த இடைவெளிகள் எவையும் உறவின் நெருக்கத்தைக் குறைத்துவிடவில்லை. சந்திப்புகள் எண்ணிக்கையில் குறைந்தாலும் தரத்தில் குறையவில்லை.

உண்மையான மாற்றம் கேயார் சொந்தத் தொழில் தொடங்கிய பிறகுதான். அதுவே எங்களுக்கெல்லாம் ஆச்சரியமாக இருந்தது. வியாபாரம் தொடங்குமளவுக்கு அவருக்கு உலக விஷயங்களில், பொருள் சார்ந்த விஷயங்களில் நாட்டம் இருக்கும் என்று நாங்கள் யாரும் நினைத்துப் பார்த்ததேயில்லை. அவரது திருமணத்தையே ஜீரணித்துக்கொள்ள முடியாதபோது வியாபாரத்தை எண்ணி வருத்தப்பட்டதில் ஆச்சரியம் என்ன இருக்கிறது. மண உறவும் பணமும் வாழ்க்கையில் முக்கியம் என்பது எங்களுக்கும் தெரியும். ஆனால், ஏனோ கேயாரோடு அதையெல்லாம் பொருத்திப்பார்க்க முடியவில்லை. எங்கள் மனத்தில் கட்டிவைத்திருந்த அவரது பிம்பத்துடன் இதெல்லாம் பொருந்தவே இல்லை. அந்தப் பிம்பத்தை உருவாக்கிய அவரது ஆளுமையின் தன்மைகளையும் மறக்க முடியவில்லை. முன்பு ஒரு நாள் இரவுப் பணிக்குக் கிளம்பும் சமயத்தில் வண்டி டயர்

பஞ்ச்சரானது தெரியவந்தது. அந்த நேரத்தில் அந்த இடத்தில் ஆட்டோவும் கிடைக்காது. ஆனால், சிறிய சலனம்கூட அவரிடம் ஏற்படவில்லை. நடக்க ஆரம்பித்துவிட்டார். ஒரு முக்கியமான நூல் வந்திருப்பதாகச் செய்தி வந்தது. விலை 1,500 ரூபாய். அடுத்த வாரமே கன்னிமரா நூலகத்துக்குப் போய் ஒரே நாளில் அதைப் படித்து முடித்துவிட்டார். மூளை வளர்ச்சி குன்றிய குழந்தைகளுக்கான பள்ளிக்கு ஒருமுறை போயிருந்தோம். அந்தப் பள்ளியின் நிர்வாகியிடம் அவர் பேசிக்கொண்டிருந்த விஷயங்கள் அவர் பல ஆண்டுகளாக அதுபோன்ற பள்ளி ஒன்றை நடத்திவருபவர் என்பது போன்ற எண்ணத்தை ஏற்படுத்தியது. அந்த நிர்வாகி பிறகு பலமுறை கேயாரைச் சந்தித்து விவாதித்ததைப் பார்த்திருக்கிறேன்.

தவிர்க்க முடியாத யதார்த்தங்களுடன் சமரசம் செய்து கொள்வதைத் தவிர வேறு வழியில்லை என்பது மெல்ல மெல்லப் புரிய ஆரம்பித்தது. தன்னைப் பற்றிய பிறரது மதிப்பீடுகளுக்கு ஏற்ப வாழ்க்கையை அமைத்துக்கொள்வது யாருக்கும் சாத்தியமல்ல என்பதும் மெதுவாகப் புரிபடத் தொடங்கியது. கேயாரிடம் சில விஷயங்கள் நாம் எதிர்பார்த்தபடி இல்லை என்றால் அது அவர் தவறல்ல என்று நினைத்துக்கொண்டேன். இதெல்லாம் சமாதானத்தை அளிக்கவில்லை என்றாலும் ஏதோ ஒரு விதத்தில் ஏமாற்றத்தை மறைத்துக்கொள்ள உதவின. அவரது முயற்சிகள் வெற்றியடைய வேண்டும் என்று விரும்பினேன். அவரது அறிவுக்கும் திறமைக்கும் அந்த நிறுவனம் மிக விரைவில் வளர்ந்துவிடும் என்பதில் எனக்கு எந்த சந்தேகமும் இல்லை. எத்தனையோ பேர் தத்தமது தொழில் விஷயமாக அவரிடம் ஆலோசனை கேட்டுச் செல்வதைப் பார்த்திருக்கிறேன் பின்னாளில் மிகுந்த நன்றியுணர்வுடன் அதை நினைவுகூர்வதையும் பார்த்திருக்கிறேன்.

திருமணத்துக்குப் பிறகு அவர் வீட்டில் இரவுத் தங்கல் சாத்தியமற்றதாகிவிட்டது. பகல் நேரத்தில் உட்கார்ந்து பேச முடியாதபடி அவர் வீடு நடமாட்டம் மிகுந்ததாகிவிட்டது. அவரது வேலையும் வேலை நேரமும் மாறிவிட்டன. அவரது வரவேற்பிலோ பேச்சிலோ உபசரிப்பிலோ எந்த மாற்றமும் இல்லை, என்றாலும் அவரிடத்தில் மாற்றம் ஏற்படத்தான் செய்தது. அடையாளம் தெரியாத ஏதோ ஒரு கட்டுப்பாட்டின் வீச்சுக்குள் அவர் வந்துவிட்டதுபோல் இருந்தது. அவரது ஆளுமையின் மீது ஒரு நிழல் படர்ந்திருப்பதைப் போல உணர்ந்தேன். அவரது மனைவி மீது எந்த குற்றமும் சொல்ல முடியாது. எங்களையெல்லாம் சொந்தத் தம்பிகள்போல நடத்தினார். ஆனாலும், அந்த வீட்டில் சுவாதீனமாக நடமாட முடியாதபடி

ஏதோ ஒரு அம்சம் தடுத்துவந்தது. அவர் வீட்டுக்குச் செல்வது படிப்படியாகக் குறைந்துவிட்டது. சந்திப்புகளும் விவாதங்களும் வெளியிடங்களில் தற்செயலாக நடப்பவையாக மாறிவிட்டன.

அவர் தொடங்கிய வியாபாரம் ஏற்படுத்திய ஆச்சரியமும் ஏமாற்றமும் நம்பிக்கையும் விரைவிலேயே மறைந்து கவலை ஏற்பட ஆரம்பித்துவிட்டது. நிறுவனத்தில் ஏகப்பட்ட பிரச்சினைகள். எல்லாத் திசைகளிலும் கடன். வங்கிகளிலிருந்து நோட்டீஸ்கள் வர ஆரம்பித்துவிட்டன. சட்டபூர்வமான நெருக்கடிகளில் சிக்காமல் தப்ப மனைவியின் நகைகளும் நண்பர்களின் பணமும் உதவின. கடன்களை உரிய நேரத்தில் திருப்ப முடியாமல் கேயாருக்குத் தலைக்குனிவு ஏற்பட ஆரம்பித்தது. உதவி செய்ய வேண்டும் என்று யாராவது நினைத்தாலும் முடியாத அளவுக்குப் பிரச்சினைகள் பெரிதாகிவிட்டன. நிறுவனத்தை மூடவும் முடியவில்லை. நூறு அடி தூரத்தில் அவரைப் பார்த்தாலும் உற்சாகமும் புத்துணர்வும் கொள்ளும் நண்பர்கள், அவர் கடன் கேட்டுவிடுவாரோ என்று பயந்து அவர் அருகில் வந்தபோதும் விலகிச் சென்றார்கள். கடன் கொடுத்தவர்கள் கண்களில் பட்டுவிடாமல் அவர் பதுங்கி செல்ல ஆரம்பித்துவிட்டார் என்றார்கள் நண்பர்கள்.

இதெல்லாம் பிறர் மூலம் அறிந்துகொண்டவை. நான் வயதில் சிறியவன் என்பதால் அவர் என்னிடம் சொல்லுவார் என்று நான் எதிர்பார்க்கவிலை. தவிர, என் தனிப்பட்ட வாழ்க்கையில் முக்கியமான பல சம்பவங்கள் அந்த ஆண்டில் நடந்துவிட்டன. சாவு, கடன், வேலை இழப்பு எனப் பல நெருக்கடிகள். கொதிப்பு மிகுந்த பல தருணங்களில் அவரைப் போய்ப் பார்க்கலாம் என்று மனம் துடிக்கும், ஆனால் அவரே கஷ்டப்பட்டுக்கொண்டிருக்கும் நிலையில் அவரைத் தொந்தரவுசெய்யக் கூடாது என்பதில் உறுதியாய் இருந்தேன். நிறுவனம் தொடங்கிய புதிதில், அவரைக் கொஞ்ச நாளைக்கு விட்டுவிடுங்கள் என்று அவர் மனைவி ஒருமுறை நாசூக்காகக் கூறியிருந்ததையடுத்து அவரிடம் போவது மேலும் குறைந்துவிட்டது. தவிர அவரது ஆளுமை மீது படர்ந்துவந்ததாக நான் கருதிய நிழலின் தோற்றமும் என் துடிப்பை மட்டப்படுத்தியது, மிக முக்கியமான தருணங்களில் மட்டும் பத்துப் பதினைந்து நிமிடம் சந்தித்துப் பேசினேன். மிக முக்கியமான முடிவுகள் எடுக்க வேண்டியிருந்த தருணங்கள் அவை.

அப்படிப்பட்ட ஒரு தருணத்தில்தான் அந்தச் சம்பவமும் நடந்தது. எந்த முடிவை எடுத்தாலும் பாதகம்; முடிவே எடுக்காமல் இருந்தால் விபரீதம் என்பது போன்ற ஒரு பிரச்சினையுடன்

அவர் வீட்டுக்குப் போனேன். என்னைச் சேர்ந்த பலரது எதிர்காலம் சம்பந்தப்பட்ட பிரச்சினை அது. நான் போனபோது அவர் சவரம் செய்துகொண்டிருந்தார். வாஷ்பேஸின் எதிரில் நின்று சவரம் செய்துகொண்டிருந்தார். குழாய் திறந்திருந்தது. கையில் இருந்த சவரக் கருவியால் முகத்தில் நிதானமாய் முடிகளை வழித்து எடுப்பதும் குழாய் நீரில் அக்கருவியைச் சுத்தம் செய்வதுமாக இருந்தார். கருவியை ஒருமுறை சுத்தம் செய்வதற்கும் மறுமுறை சுத்தம் செய்வதற்கும் இடையே குறைந்தது இரண்டு நிமிட இடைவெளி இருந்தது. அந்த இடைவெளிகளில் அவர் குழாயை மூடவில்லை. தண்ணீர் கொட்டிக்கொண்டே இருந்தது. அவருக்குப் பின்னால் நின்றுகொண்டு கண்ணாடியில் தெரிந்த அவரது பிம்பத்தையும், கொட்டிக்கொண்டிருக்கும் குழாயையும் பார்த்தபடி பேசிக்கொண்டிருந்தேன். அவரும் உன்னிப்பாகக் கேட்டபடியே சவரம் செய்துகொண்டிருந்தார். இடையிடையே கேள்விகள் கேட்டார். பதிலளித்தேன். தண்ணீர் கொட்டிக்கொண்டே இருந்தது. முகத்தில் சோப்பு நுரை தீர்ந்ததும் மறுபடியும் சவர பிரஷ்ஷினால் முகத்தில் நுரையைப் பூசிக்கொண்டு மீண்டும் ஒருமுறை சவரம் செய்யத் தொடங்கினார். தண்ணீர் கொட்டிக்கொண்டே இருந்தது. பேசிக்கொண்டே இருந்தோம். தண்ணீர் கொட்டிக்கொண்டே இருந்தது. என் பதற்றம் கூடிக்கொண்டே இருந்தது. இடையில் ஒருமுறை வெளியே வந்த அவரது மனைவி டீ சாப்பிடுகிறாயா எனக் கேட்டார். வேண்டாம் என்றேன். என்ன முடிவு எடுத்தால் நல்லது என்பது பற்றிக் கூறினார். சுருக்கமாகவும் தெளிவாகவும் கூறினார். தண்ணீர் கொண்டிக்கொண்டே இருந்தது.

அதன் பிறகு அவரை நான் அதிகம் பார்க்கவில்லை. அவர் சொன்னபடியே செய்தேன். விளைவு திருப்திகரமானதாக இல்லை. ஆனால் அது நான் எதிர்பார்த்ததுதான் என்பதால் அதற்காகக் கவலைப்படவில்லை. அவரைப் பற்றிய மிக மோசமான செய்திகள் அதிகமாக என்னைத் தேடி வரத் தொடங்கியிருந்தன. எல்லாச் செய்திகளும் சங்கடத்தைத் தந்தன. அதிர்ச்சியைத் தரவில்லை. பார்க்கும் சந்தர்ப்பம் அதிகம் வாய்க்கவில்லை. வாய்த்தபோதும் அதிகம் பேச முடியவில்லை. என்ன ஆயிற்று என்று அவரைக் கேட்டே ஆக வேண்டும் என்ற தூண்டுதல் எனக்குள் உருப்பெறவில்லை. அவரது நேர்மையைக் கேள்விக்குள்ளாக்கும் விஷயங்களைப் பற்றிக் கேள்விப்பட்டபோதும் சங்கடம் உருவாயிற்றே தவிர அதிர்ச்சி உண்டாகவில்லை. மனத்தின் மேற்பரப்பு அவற்றை நம்ப மறுத்தாலும், எதுவும் நடந்திருக்கலாம் என்று கூறியது ஆழ்மனம். சில மாதங்கள் கழித்து அவர் வெளியூர் போய்விட்டார் என்று

கேள்விப்பட்டேன். ஓடிப்போய்விட்டதாகவும் சிலர் சொன்னார்கள். இதையெல்லாம் உறுதிப்படுத்திக்கொள்வது சாத்தியமில்லை என்பதை உணரும் பக்குவம் எனக்கு ஏற்பட்டிருந்தது. எனவே, அதைப் பற்றியெல்லாம் அலட்டிக்கொள்வதில் பயனில்லை என உணர்ந்திருந்தேன்.

இப்போதும் வெளியூர்களிலும் ரயில் பயணங்களிலும் தலையணை இல்லாமல் படுக்க நேரும்போதும் வீடுகளில் பால் பொங்கும் காட்சியைப் பார்க்கும்போதும், அவரது நினைவு வந்துபோகிறது. பொருளாதார விவாதங்களைப் படிக்கும்போதும், இயற்கை வேளாண்மை பற்றிய பேச்சுக்களைக் கேட்கும்போதும் அவர் நினைவு வருகிறது. விண்ணப்பப் படிவங்களில் உயரத்தைக் குறிப்பிடும்போதும் அவர் நினைவு வருகிறது. சீராகப் போய்க் கொண்டிருக்கும் வண்டி திடீரென்று ஒரு பள்ளத்தில் இறங்கித் தடுமாறிப் பின் இயல்பு நிலைக்கு மீள்வதுபோல வாழ்க்கையின் ஓட்டத்தில் நிகழும் சிறு தடுமாற்றமாக அவரைப் பற்றிய நினைவுகள் காலப்போக்கில் மாறிவிட்டன. நினைவுகள் சில சமயம் தெளிவாக இருக்கின்றன. சில சமயம் கொட்டும் நீருக்குப் பின்னால் தெரியும் காட்சிகளைப் போல இருக்கின்றன.

தீராநதி, 2007

மலையும்
மலை சார்ந்த வாழ்வும்

அவன் மலையையே பார்த்துக்கொண் டிருந்தான். நினைவு தெரிந்த நாளிலிருந்தே அவன் மலைகளைப் பார்த்துக்கொண்டிருக்கிறான். அவனுக்கு மூன்று வயதாக இருக்கும்போது அவன் அப்பாவுக்கு சிம்லாவுக்கு மாற்றலாயிற்று. சில்லென்ற காற்றும் சுற்றிலும் உள்ள மலைகளும் அவன் மனத்தில் பசுமையாகத் தங்கிவிட்டன. சிம்லாவிலிருந்து மிக விரைவில் – மூன்றே ஆண்டு களில் – கிளம்ப வேண்டியிருந்தது என்றாலும் அந்த மூன்று ஆண்டுகளுக்குள் மலைகள் அவன் மனத்தில் அகற்ற முடியாத அளவுக்கு இடம்பிடித்து விட்டன. எந்தப் பக்கம் திரும்பினாலும் மலை. கண்ணுக்கெட்டிய தூரம்வரை நான்கு திசைகளிலும் மலை. அண்ணாந்து பார்த்தாலும் மலையைத் தவிர்த்துவிட்டு வானத்தைத் தனியாகப் பார்க்க முடியாது. பச்சை மலைகள். சில சமயம் பளிச்சென்று தலை நரைத்த மலைகள். வீட்டைச் சுற்றிலும் மலைகள் என்பதைவிட, மலைகளுக்கு நடுவில் வீடு என்று சொல்வதே பொருத்தமானது. மலை மீது விளையாட்டு. மலைகளுக்கு நடுவில் சாப்பாடு. மலைகளுக்கு நடுவில் வாழ்க்கை.

இவையெல்லாம் பின்னால் யோசிக்கும்போது உருப்பெற்ற வார்த்தைகள். அந்தச் சிறு வயதில் தெரிந்ததெல்லாம் நெஞ்சை விம்ம வைக்கும் உயரம். கண்கொள்ளாத அகலம் பச்சை, குளிர்ச்சி, கம்பீரம். மலையைப் பார்த்துக்கொண்டிருக்கும்போது

நேரம் போவதே தெரியாது. பார்க்கப் பார்க்க மலை அருகில் வருவதுபோல் இருக்கும். கண்களைக் கொட்டாமல் பார்த்துக் கொண்டே இருக்கையில் மலை கண்களுக்கு எதிரில் பெரும் சுவராக நிற்கும். பச்சைப் பசேலென்ற சுவர். நீள அகலம் அறிய முடியாத சுவர். மனம் படபடக்கும். மூச்சு தொண்டைக்குள் சிக்கிக்கொள்ளும். உடம்பில் உதறல் எடுக்கும். சுவர் மறைந்துவிடும். மலை தூரத்தில் போய் அமைதியாக உட்கார்ந்துகொள்ளும்.

சென்னையில் அவனுக்கு ஏற்பட்ட முதல் ஏமாற்றம் மலைகளின் நிறம் பற்றியது. சிம்லாவில் அருகில் சென்று பார்க்கும்போதும் மலைகள் பசுமையாகவே இருக்கும். மரம், செடிகளுக்கு இடையில்தான் கற்களையும் அவற்றின் நிறங்களையும் பார்க்க முடியும். சென்னையில் அவர்கள் வீடு பல்லாவரத்திற்கு அருகில். ரயிலிலிருந்து பார்க்கும் போது மலைகள் ஓரளவு பசுமையாகவே இருந்தன. ஆனால் அருகில் சென்று பார்க்கும்போது பசுமை வெகுவாகக் குறைந்து கற்களின் பழுப்பு நிறம் கண்களைக் குத்தியது. வயதாக ஆக மலை ஏறும் பழக்கமும் தேர்ச்சியும் கூடிக்கொண்டேபோனதில் மலைகளுக்கு நடுவில் தீவுகள் போல இருந்த பசுந்திட்டுக்களைப் பக்கத்தில் சென்று தரிசிக்க முடிந்தது. என்றாலும் பாறைகள் பசுமை ஆடையின்றி நிர்வாணமாக இருந்ததை அவனால் தாங்கிக்கொள்ள முடியவில்லை. ஆங்காங்கே கண்ணில் படும் பசுமைகூடக் கந்தலைக் கட்டிக்கொண்டு திரியும் வறுமையை நினைவுபடுத்தியது. ஆனால், சிம்லாவில் இருந்த குளிர் இங்கே இல்லாததைப் போல் சிம்லாவில் இருந்த மலையும் இங்கே இருக்காது என்பதில் என்ன ஆச்சரியம் என்று சமாதானப்படுத்திக்கொண்டான். இப்படியெல்லாம் யோசிக்க ஆரம்பித்தது அதுதான் முதல் முறை என்பதைப் பல ஆண்டுகளுக்குப் பின் உணர்ந்தான். வறிய, வறண்ட அந்த மலைகளும் அவனுக்குள் தோழமை உணர்வை ஏற்படுத்தத் தவறவில்லை. யோசித்துப் பார்க்கையில் இந்தத் தோழமை உணர்வுதான் மலையையும் அவனையும் பிணைத்து வைக்கிறது என்று தோன்றியது. தூரத்திலிருந்து பார்க்கும்போது மாபெரும் யானை போலத் தோற்றமளிக்கும் மலை அவன் மனதுக்கு மிகவும் நெருக்கமான ஒரு படிமமாகத் தங்கிவிட்டது. அதன் பிறகு பல மலைகளைப் பல ஊர்களில் பார்த்திருக்கிறான். வெயில் பிளக்கும் வறண்ட பாறைகளிலிருந்து முற்றிலும் பனியைப் போர்த்திய குளிர் மலைகள் வரை பல விதமான மலைகள். விடுமுறை என்றாலே மலைப் பிரதேசம்தான். ரயிலில் செல்லும்போது மலைகளும் தன்னுடன் கூடவே வருகின்றன என்ற எண்ணம் தந்த கிளர்ச்சி பயணத்தையும் மிகவும் உவப்பானதாக மாற்றியது. சென்னையில் நீண்ட

நாட்கள் வசிக்க நேர்ந்தபோதும் அவ்வப்போது பல்லாவரம், மகாபலிபுரம் என்று குன்றுகளைத் தேடிச் சென்றுவிடுவது அவன் பழக்கமாகிவிட்டது.

இந்த மலைகளில் அப்படி என்ன இருக்கிறது என்று நந்தினி கேட்டது நினைவுக்கு வருகிறது. திருமணமானதும் சிம்லா, குலு மனாலி ஆகிய இடங்களுக்குப் போனபோது பயணத்தையும் மலைகளையும் குளிரையும் நந்தினி வெகுவாக ரசித்து அனுபவித்தாள். கண்ணுக்கெட்டிய தூரம் வரை பசேலென்று பரந்து விரிந்திருக்கும் மலைப் பரப்புகளில் அவளும் தன்னை இழந்தாள். ஆனால் மலைகளைக் கண்டதும் தன் முகத்தில் தெரியும் அதீதமான பிரகாசத்தை அவளால் புரிந்துகொள்ள முடியவில்லை என்பது அவனுக்குப் புரிந்தது. பேச்சடைத்துப்போய் மலைக்காட்சியில் லயித்துத் தன்னை மறந்து அமர்ந்திருக்கும் மோனநிலையை அவளால் புரிந்துகொள்ள முடியவில்லை. அவளுக்கு அதை விளக்கிச் சொல்லவும் அவனால் முடியவில்லை. நந்தினி மட்டுமல்ல. தனது நண்பர்கள், குழந்தைகள் என்று யாராலும் அதைப் புரிந்துகொள்ள முடியவில்லை என்பதை அவன் நினைத்துப் பார்த்தான்.

முத்துக்கிருஷ்ணன் மட்டும் விதிவிலக்கு. அவனுக்கு மலை என்பது பிரமிக்க வைக்கும் உயரமும் விசாலமும் கொண்ட பாறைகளின் திரட்சி. பார்க்கப் பிடிக்கும். மலை ஏறப் பிடிக்கும். அதற்கு மேல் ஒன்றும் இல்லை. ஆனால் மலையோடு தனக்கு இருந்த அந்தரங்கமான உறவை அவன் புரிந்துவைத்திருந்தான். இந்த மலையில் அப்படி என்ன இருக்கிறது என்று ஒரு நாளும் அவன் கேட்டதில்லை. சைக்கிளை எடுத்துக்கொண்டு கிளம்பும்போதெல்லாம் என் மனம் அறிந்து மலையடிவாரத்திற்கு ஓட்டிக்கொண்டு வந்துவிடுவான் முத்து. பாறைகளோடு பாறையாய் நான் உட்கார்ந்திருக்கும்போது எதுவும் பேசாமல் அமைதியாக இருப்பான் முத்து. நீ ஏன் பேசாமல் இருக்கிறாய் என்று கேட்டால், நான் பூஜை செய்ய மாட்டேன், பூஜை செய்பவர்களைப் பூஜையின் நடுவில் தொந்தரவு செய்யவும் மாட்டேன் என்பான். உன் தவத்தை நான் ஏன் கலைக்க வேண்டும் என்பான். பேச ஆரம்பித்த பிறகு அவன்தான் அதிகம் பேசுவான். எக்கச்சக்கமாகப் படிப்பவன். எதை எடுத்தாலும் குறைந்தது அரை மணிநேரத்துக்குப் பேச அவனுக்கு விஷயம் இருக்கும். அரசியலையும் சினிமவையும் பற்றிச் சலிப்பே இல்லாமல் பேசிக்கொண்டிருப்பான். சினிமாவில் அவனுக்கு இருக்கும் ஆர்வமும் அறிவும் பிரமிப்பூட்டக்கூடியது. இவ்வளவு ஆர்வமாக இருக்கிறாயே, நீ ஏன் சினிமாவில் நடிக்க முயற்சிசெய்யக் கூடாது என்று ஒரு முறை கேட்டபோது, சினிமா என்பது இயக்குநரின்

ஊடகம், நான் சினிமாவுக்குப் போனால் இயக்குநராகத்தான் போவேன் என்றான் அழுத்தமாக. சினிமாவில் ஆர்வமுள்ளவர்கள் எல்லாம் சினிமாவுக்குப் போக வேண்டுமென்பதில்லை என்றும் சொன்னான். நான் அரசியலைப் பற்றிக்கூடத்தான் பேசுகிறேன், என்னை அரசியலுக்குப் போய் முதலமைச்சராகும்படி நீ ஏன் சொல்லவில்லை என்று கேட்டான். ஏனென்றால், முதல்வராவது சாத்தியமில்லை, ஆனால் சினிமாவுக்குப் போவது சுலபம் என்று நினைக்கிறாய் என்று அவனே பதில் சொன்னான். அந்த மலைக்கு இப்போது போகும்போதும் இந்த வார்த்தைகள் அந்தக் கற்களில் பதித்ததுபோலப் பளிச்சென்று துலங்குகின்றன.

பிரச்சினைகள் தரும் வலி பெருகும்போதெல்லாம் மலைக்கு அடுத்தபடியாக அவன் நாடியது முத்துக்கிருஷ்ணனின் துணையைத்தான். நான் சொல்வதையெல்லாம் பேசலாமல் கேட்டுக்கொள்வான். பிறகு சில கேள்விகள் கேட்பான். அதன் பிறகு பேச ஆரம்பிப்பான். பேசப் பேச, பிரச்சினை தெளிவாகும். வலியின் ஊற்றுக்கண் எது என்பது புரியும். பிரச்சினையில் என் பங்கு என்ன என்பது புரியும். தீர்வு எதுவும் கொடுக்க மாட்டான். இதையெல்லாம் யோசித்துப்பார் என்று சொல்வான். பிறகு தனியாக விட்டுவிட்டுப் போய்விடுவான்.

அவன் பால்கனியில் நாற்காலியைப் போட்டு அமர்ந்திருந் தான். மலைகளின் வியாபகத்தைக் கழுத்தைச் சுழற்றியபடி கண்களால் அளந்துகொண்டிருந்தபோது சுழற்சியின் ஒரு திசையில், தனக்குப் பின்னால் இருந்த விடுதியின் அறைச் சுவர் மலையின் காட்சியைத் தடுப்பதை உணர்ந்தான். மொட்டை மாடியில் அமர்ந்திருந்தால் இந்த ஏமாற்றத்திற்கு ஆளாக நேரிட்டிருக்காது என்று நினைத்துக்கொண்டான். ஆனால் நேரம் ஆக ஆகக் குளிர் அதிகரித்துக்கொண்டே வருவதால் மொட்டை மாடி பாதுகாப்பானதல்ல என்பதால் இங்கே உட்கார முடிவுசெய்தது நினைவுக்கு வந்தது. தற்செயலாகக் கண்கள் மலையின் நடுப்புறத்தில் தெரிந்த சிறிய குடிசையின் மீது நிலைத்தன. குடிசைக்குப் பக்கத்தில் இருந்த மரத்தின் இலைகள் மெல்ல ஆடிக்கொண்டிருந்தன. மரத்தின் இலைகள் அசைந்தபோது ஏற்பட்ட உருமாற்றத்தில் வளர்மதியின் முகம் துலங்கியது. கல்லூரியில் படிக்கும்போது அவளுடன் சுற்றாத இடம் கிடையாது. பல முறை மகாபலிபுரத்திற்குப் போய்ப் பாறைகளில் அமர்ந்து பேசிக்கொண்டிருந்திருக்கிறார்கள். பாறைகளை சாட்சியாக வைத்து எத்தனையோ முத்தங்களைப் பரிமாறிக்கொண்டிருக்கிறார்கள். அவளுடைய பற்களில் தன் பற்கள் உரசும்போது எழும் ஒலி மலையில் உருண்டு வரும் சிறு கற்கள் எழுப்பும் ஒலியை நினைவுபடுத்தும். எவ்வளவோ

கனவுகளை வளர்த்த அந்த உறவு மலைச் சிகரங்களுக்குப் பின் மறையும் மேகங்களைப் போல ஒரு நாள் காணாமல் போய்விட்டது. என்ன ஆயிற்று, எங்கே தவறு நிகழ்ந்தது என்பதையெல்லாம் கண்டுபிடிக்க முடியவேயில்லை. இருபத்தைந்து ஆண்டுகள் கழித்து கணவன், குழந்தைகள் சகிதமாக அவளைப் பழநி மலையில் சந்தித்தபோது அவளது தோற்றத்தில் ஏற்பட்டிருந்த மாற்றம் அதிர்ச்சி தந்தது. நன்றாகப் பேசினாள். சிறு வயதில் அவள் தெருவில் வசித்த நண்பன் எனக் கணவனிடமும் குழந்தைகளிடமும் அறிமுகம் செய்துவைத்தாள். இவனது மனைவி, குழந்தைகளைப் பற்றி விசாரித்தாள். விடைபெற்றுக்கொண்டு வந்து மலையடிவாரத்தில் அமர்ந்தபோது எல்லாம் கனவு என்பது உறுதியானதுபோல இருந்தது. மரங்களற்ற பாறைகளின் வெறுமை மனத்தில் படர்ந்தது. வளர்மதியிடம் கேட்க வேண்டிய கேள்விகள் அனைத்தையும் – அவளைச் சந்திக்க முடியாததால் – இதே போன்ற பாறைகளைச் சாட்சியாக வைத்து முத்துக்கிருஷ்ணனிடம் கேட்ட தருணங்கள் மனத்தில் தளும்பிக்கொண்டிருந்தன.

வளர்மதி, நந்தினி, முத்துக்கிருஷ்ணன் . . . முகங்கள் மாறிக்கொண்டிருந்தன. உறவுகள், பிரிவுகள், புதிய உறவுகள், புதிய சந்தோஷங்கள், புதிய வலிகள் . . . ஓயாத சலனங்கள், அலைகள். மலை மட்டும் அசையாமல் இருக்கிறது. நான் ஓடிக்கொண்டே இருக்கிறேன். உடலில் இயக்கமற்று இருக்கும்போதும் உள்ளுக்குள் ஓராயிரம் அசைவுகள், பதற்றங்கள், உத்வேகங்கள். மலைகளைப் போல அசையா மனது என்று வாய்க்கும்? இந்தச் சலனங்கள் எதுவும் தேவையில்லை என்று மலை ஒவ்வொரு முறையும் கூறுகிறது. பொங்காதே என்கிறது. ஒவ்வொரு அசைவையும் பரிகசித்துச் சிறுமைப்படுத்துகிறது பாறைகளில் உறையும் நிச்சலனம்.

முத்துக்கிருஷ்ணனின் மரணத்திற்குப் பிறகு உடலும் உள்ளமும் உலுக்கியெடுக்க மலையின் மடியில் வந்து விழுந்த காட்சி பசிய மரங்களிடையே தோற்றம் கொண்டது. பூமியையே பிளக்குமளவு உக்கிரமாக வீசிக்கொண்டிருந்த வெயிலின் சூட்டில் அமைதியாகக் காய்ந்துகொண்டிருந்த மலை அரவணைத்துக்கொண்டது. முத்து, முத்து என அரற்றிக்கொண்டிருந்த உதடுகளையும் உணர்வுகளையும் சலனமின்றி எதிர்கொண்டது. பாறையில் மோதி மண்டை சிதறிச் செத்துப்போகலாம் என்ற ஆவேசம் பற்றிக்கொண்டது. முத்து இல்லாத வாழ்க்கையை நினைத்துக்கூடப் பார்க்க முடியாத தவிப்பும் முத்துவைப் பறித்துக்கொண்டுபோன காலத்தின்மீது ஆத்திரமும் சேர்ந்து மண்டைக்குள் நெருப்பை மூட்டின.

முட்டிக்கொள்ள ஆரம்பித்தான். ஐந்து அல்லது ஆறு முறை தலை அந்தப் பாறையில் மோதியிருக்கும். ஒரு கணம் தற்செயலாக அந்தப் பாறையை நிமிர்ந்து பார்த்தபோது அதில் தெரிந்த ரத்தத் துளிகள் வினோதமாக இருந்தன. வளர்மதியின் கரிய முகத்தில் இருக்கும் குங்குமப் பொட்டை அவை நினைவுபடுத்தின. வளர்மதியுடனான தொடர்புகள் அற்றுப்போன பின்பும் இதே மலைக்கு வந்து அமர்ந்திருந்தது நினைவுக்கு வந்தது. இன்று வளர்மதி இல்லை. உயிரோடு இருந்தாலும் அவள் என் வாழ்வில் இல்லை. அவள் இல்லாமல் வாழ்வே இல்லை எனத் தோன்றிய தருணங்கள் நினைவுக்கு வந்தன. உள்ளம் குமுறி அழுதபடி இந்த மலைக்கு வந்ததும் பல மணி நேர மௌனப் புலம்பல்களுக்குப் பின் கனத்த இதயத்துடன் நடைப்பிணமாகத் திரும்பியதும் நினைவுக்கு வந்தது. மலை அப்படியே இருக்கிறது. வளர்மதி இல்லை. மலை இருக்கிறது. முத்து இல்லை. மலை இருக்கிறது. நான் இருக்கிறேன். உயிருடன் இருக்கிறேன். பாறையில் மோதிய இடம் பற்றி எரிகிறது. கைக்குட்டையை எடுத்து நெற்றியில் வைத்து அழுத்தியபடி பாறையின் நிழலில் சரிந்தான்.

இன்னும் நான்கு மணிகூட ஆகவில்லை. ஆனால் லேசாக இருட்டத் தொடங்கிவிட்டது. சிம்லாவில் இது சகஜம்தான். பார்த்துக்கொண்டிருக்கும்போதே சூழலின் நிறம் மாறுவது அற்புதமான அனுபவம். மலையின் நிறம் மாறுகிறது. மலையின் மீதுள்ள மரங்கள் நிறம் மாறுகின்றன. ஆங்காங்கே இருக்கும் வீடுகளும் சிறுசிறு கட்டிடங்களும் நிறம் மாறுகின்றன. மனிதர்களின் தோற்றம் மாறுகிறது. மேகங்களும் நிறம் மாறுகின்றன. மேக்ங்களுக்குப் பின்னால் சூரியன் இருக்கும் பகுதி மட்டும் தனி நிறமாக இருக்கிறது. மலையின் ஒரு புறம் அந்த வெளிச்சம் பட்டு ஒளிர்வது ரம்யமாக இருக்கிறது. பல இடங்களிலும் சலித்த அவன் பார்வை அந்த இடத்தில் ஊன்றி நின்றது. ஆஸ்பத்திரியில் நந்தினியின் அருகே படுத்திருந்த அவன் குழந்தையின் முகம் நினைவுக்கு வந்தது. நந்தினியின் நெற்றியைத் தடவிக் கொடுத்தபடி அவள் கையைப் பற்றிக்கொண்டான். களைப்பை மீறி அவள் முகத்தில் ஒளிர்ந்தது ஒரு புன்னகைக் கீற்று. குழந்தையைப் பாருங்கள் என்பது போல அவள் தலை அசைந்தது. குழந்தையைப் பார்க்கப் பார்க்கப் பரவசமாக இருந்தது. தூக்கிக்கொள்ளப் பயமாக இருந்தது. கைகள் நடுங்கின. அவனது தடுமாற்றத்தைப் பார்த்த செவிலி குழந்தையைத் தூக்கி அவன் கையில் கொடுத்தாள். நடுங்கும் கரங்களுக்குள் நெளியும் தன் வாரிசைக் கண்கொட்டாமல் பார்த்துக்கொண்டிருந்தான்.

வீட்டுக்குத் திரும்பும் வழியில் பல்லாவரம் மலையடிவாரத்தில் நெடுநேரம் உட்கார்ந்திருந்தது நினைவுக்கு வந்தது. மலைச்

சிகரங்கள் மேகங்களை ஏந்திக்கொண்டிருப்பதுபோலத் தன் கைகளில் குழந்தையை ஏந்திக்கொண்டதாக நினைத்துக் கொண்டான். சிகரங்களுக்குப் பின்னால் மேகங்கள் மிதந்தபடி நகர்ந்துகொண்டிருந்தன. ஆங்காங்கே இருந்த மரங்கள் கிளைகளை அசைத்தபடி ஆடிக்கொண்டிருந்தன. ரயில்கள் அந்த இடத்தைத் தாண்டிப் போய்க்கொண்டிருந்தன. அவன் மனம் சிகரங்களின்மீது பறந்துகொண்டிருந்தது. மலை அசைவற்று நின்றுகொண்டிருந்தது.

காட்சி மாறியது. நந்தினியின் சடலம் இப்போது மலையின் மடியில் கிடந்தது. இருபத்தைந்து ஆண்டு காலத் தாம்பத்யம் ஒரு விபத்தினால் முடிவுக்கு வந்தது. பிள்ளைகள் கதறுகிறார்கள். உறவினர்கள் புலம்புகிறார்கள். யார் யாரோ வந்துகொண்டிருக்கிறார்கள். அழுதுகொண்டிருக்கிறார்கள். சுற்றிலும் ஏதேதோ நடந்துகொண்டிருக்கின்றன. இவன் அசையாமல் உட்கார்ந்திருக்கிறான். கண்களில் கண்ணீர் இல்லை. சடலத்தின் மீது குத்திட்டு நின்ற பார்வையில் காட்சிகள் மங்குகின்றன. முதன்முதலில் சந்தித்து, முதன்முதலில் புணர்ந்தது, சண்டையிட்டது, குழந்தைகளைப் பெற்றுக்கொண்டது, கிட்டத்தட்ட எல்லா விஷயங்களுக்கும் வாக்குவாதம் செய்தது, உடனுக்குடன் சமரசமும் செய்துகொண்டது . . .

உறைந்து கிடக்கும் அந்த முகத்தில் முத்தமிட வேண்டும் என்று தோன்றியது. ரயிலில் செல்லும்போது தூரத்தில் தெரியும் மலைச்சிகரத்தின் குறுவடிவம்போல் நந்தினி படுத்திருக்கிறாள் என்று தோன்றியது. சட்டென்று அந்தச் சடலத்தின்மீது ஒரு விலகல் எற்பட்டது. அந்தக் காட்சியை ஒரு விடுதியின் பால்கனியில் அமர்ந்து நந்தினியும் தானும் பார்த்துக்கொண்டிருப்பது போன்ற உணர்வு ஏற்பட்டது. சடலம் கொள்ளி வைக்கப்பட்டு எரியும்போதும், தீப்பிழம்பு போன்ற சூரியக் கதிர்களைப் பின்னணியில் கொண்ட காலை, மாலை நேரத்து மலைச் சிகரங்கள் நினைவுக்கு வந்தன. நீரினுள் மூழ்கி நினைப்பொழிய முடியவில்லை. எல்லாக் காரியங்களும் முடிந்த பிறகு மலையடிவாரத்துக்கு வந்து சேர்ந்தான். தனிமையை நினைத்து பயமாக இருந்தது. அழுகை வந்தது. அழுது ஓய்ந்த பிறகு, இந்த மலையை விடப் பெரிய துணை வேறு என்ன இருக்க முடியும் எனத் தோன்றியது. மலையின் மறு பகுதியில் நடந்துகொண்டிருந்த குவாரி வேலைகளிலிருந்து வந்த ஓசைகள் நாராசமாக ஒலித்தன.

மலையின் நிறம் கணிசமாக மாறியிருந்தது. பச்சை மரங்கள் கரிய மரங்களாகக் காட்சியளிக்கத் தொடங்கின. அந்தக்

கரும் போர்வையினூடே நெளிந்தபடி இறங்கிய சிற்றருவி வளைந்து செல்லும் பாம்பின் இயக்கத்தை நினைவுபடுத்தியது. தாம்பரத்திற்கு வெளியே உள்ள மலைப்பகுதிகளில் சுற்றித் திரிந்தபோது நிகழ்ந்த அனுபவம் இப்போது விழித்திரையில் பளிச்சிட்டது. கால்கள் சோர்ந்து சரிந்து அமர்ந்த பாறையிலிருந்து நெடுநேரம் கழித்து எழுந்து சோம்பல் முறித்தபோது அந்தப் பாறைக்குப் பின்னாலிருந்து வெளிப்பட்டுச் சென்ற பாம்பு அவன் உடலை விதிர்விதிர்க்க வைத்தது. இதே பாறையில்தான் அதுவும் ஓய்வெடுத்திருக்கிறது. அது சற்று முன்னர் நகர ஆரம்பித்திருந்தால் தனது ஓய்வு நிரந்தர ஓய்வாகவும் போயிருக்கக்கூடும் என்ற எண்ணம் ரத்தத்தை உறைய வைத்தது. அடிவயிறு சில்லிட்டது. வாழ்வின் ஓயாத சலனங்களையும் சலனமற்ற மலைகளின் இருப்பையும் ஒப்பிட்டுப் பார்க்கத் தொடங்கியது அன்றுதான் நிகழ்ந்தது.

பதின்மூன்று வயதில் ஊட்டியில் இருந்தபோது மலையின் மடியில் தனித்து இருந்தபோது தன்னுள் ஊற்றெடுத்த காம உணர்வுகள் நினைவுக்கு வந்தன. அதுவரை அனுபவித்திராத தவிப்பு தன் உடலையும் மனதையும் முற்றிலுமாக ஆட்கொண்ட விந்தையைப் பல தருணங்களில் நினைத்துப் பார்த்திருக்கிறான். ரயில் பயணங்களின்போது தெரியும் தொலைதூரத்து மலைகள் பெண்ணுருவாகத் தோற்றம் கொண்டு குறுகுறுப்பைத் தந்த சந்தர்ப்பங்களும் நினைவுக்கு வந்தன. இதேபோன்ற ஒரு மலையில் ஒரு மாலை நேரத்தில் முதன்முதலாகச் சுய இன்பத்தில் ஈடுபட்டதும் நினைவுக்கு வந்தது. பாறையின் மீது பீய்ச்சி அடித்த விந்துத் துளிகள். உடல் முழுவதையும் உலுக்கி எடுத்த பரவசத்தையும் மீறி அருவருப்பை ஏற்படுத்திய அனுபவம் இப்போது மலைப் பரப்பின் கரிய உடலின் மீது தோற்றம் கொள்கிறது. விந்துத் துளிகளைப் பற்றிய நினைவு குழந்தைகளைப் பற்றிய நினைவை எழுப்புகிறது. காமாட்சிக்குக் குழந்தை பிறந்துவிட்டது என்று மாப்பிள்ளை தொலைபேசியில் சொன்னது நினைவுக்கு வருகிறது. காமாட்சிக்கு எந்த நேரமும் பிரசவம் நிகழலாம் என்று தெரிந்தும் சிம்லாவுக்குக் கிளம்பி வந்த காரணம் இன்றுவரை அவனுக்கே புரியவில்லை. காமாட்சி குழந்தையாக இருந்தபோது எந்த அளவுக்கு அவளைச் சீராட்டி வளர்த்தோம் என்பதெல்லாம் இப்போது ஒரு கனவுபோலத் தோற்றமளிக்கிறது. வளர வளர அவள் மீதிருந்த அன்பும் வளர்ந்துவந்தது. பெரியவளான பிறகும் அவளைக் குழந்தையாகவே நினைக்குமளவு காமாட்சியை அவன் நேசித்தான். அவளுக்கும் அவனை மிகவும் பிடிக்கும். அப்பாவுக்கும் பெண்ணுக்கும் இடையே உள்ள அந்நியோன்னியம் குடும்ப வட்டத்துக்குள்

எப்போதும் பேசுபொருளாக இருந்துவந்தது. ஆனால் எந்தக் காரணமும் இல்லாமல் அந்த உறவின் ஈரம் காய ஆரம்பித்தது. பரவசமும் குதூகலமும் மெல்ல மெல்லத் தேய்ந்து மறைந்து ஒரு கனவாக மாறிவிட்டன. எப்போது இது நேர்ந்தது என்பதைத் தெளிவாக அடையாளம் காண முடியவில்லை.

நந்தினியின் மரணத்துக்குப் பிறகு பண விஷயங்களில் அனுபவமின்மை காரணமாக ஏற்பட்ட பெரும் சரிவு அவனைக் கடுமையாக உழைக்கவும் போராடவும் வைத்தது. ஓய்வு என்பதைப் பற்றி யோசிக்கக்கூட முடியாமல் ஓட வைத்தது. எப்படி எப்படியோ உழைத்தும் பலரது உதவிகளுடனும் ஒண்டி ஆளாக இருந்து குடும்பத்தை ஓட்ட வேண்டிய நிர்ப்பந்தம் எழுந்தது. இந்த ஓட்டங்களுக்கு மத்தியில் மலைகளின் மடியும் நந்தினியின் நினைவும் ஒரு வித அமைதியைக் கொடுத்துக்கொண்டிருந்தன. பரபரப்பான பல்வேறு செயல்களுக்குப் பிறகு ஒருநாள் ஏதோ ஒரு மலையின் அடிவாரத்தில் உட்கார்ந்திருந்தபோது இதையெல்லாம் செய்வது தான் அல்ல என்றும் தன் உருவத்தில் உள்ள வேறு யாரோ என்றும் தோன்ற ஆரம்பித்தது. நேரம் செல்லச் செல்ல அந்த எண்ணம் அழுத்தமடைய ஆரம்பித்தது. மலையின் அரவணைப்பில் பாறைகளோடு இன்னொரு பாறையாக இருப்பதுதான் தனது உண்மையான சுயம் என்றும் மற்றவையெல்லாம் வேஷங்கள் என்றும் தோன்ற ஆரம்பித்தது. வாழ்வின் ஓட்டத்தினூடே இந்த எண்ணமும் வலுப்பெற்று ஓங்கி வளர ஆரம்பித்தது. தனக்குள் ஒரு மலை வளர்ந்துகொண்டிருப்பதாகக் கற்பனை செய்துகொள்ளத் தொடங்கினான் மோஸஸுக்குக் கிடைத்ததுபோல தனக்கும் அந்த மலையின் சுவர்களில் விடை கிடைக்கும் என்று நம்ப ஆரம்பித்தான்.

விடை கிடைக்க ஆரம்பித்தது. மலைச் சுவர்களில் ஒளிந்திருந்த விடைகள் அவனுக்குத் தெரிய ஆரம்பித்தன. வளர்மதி ஏன் தன்னை விட்டுப் பிரிந்தாள் என்பதற்கு விடை கிடைத்தது. அப்பாவால் ஏன் அம்மாவோடு சேர்ந்து இருக்க முடியவில்லை என்பது புரிந்தது. எப்போதும் அன்பாக இருந்த நந்தினிக்கு நெருக்கடிகளின்போது மட்டும் வளர்மதி பற்றிய கேள்விகள் எழுந்து குரோத உணர்வைத் தந்தது ஏன் என்று புரிந்தது. தனக்கு அடிக்கடி ஏன் எரிச்சல் வருகிறது என்பது புரிந்தது. நாட்கள் செல்லச் செல்ல மலைகள் தரும் விடைகள் மேலும் மேலும் துலக்கம் பெற்றன. மலைகளின் அண்மை மலையின் ஒரு பகுதியாக அவனை உணர வைத்தது. ஒரு நாள் நீண்ட நேரம் மலையைப் பார்த்துக்கொண்டிருந்தான். மலையோடு அவனது மனம் இடையறாமல் உரையாடிக்கொண்டிருந்தது.

தன் உடலும் மனமும் மலைபோலவே அசைவற்று உறைந்து போய்விட்டதை நெடுநேரம் கழித்து உணந்தான்.

மலையைத் தூரத்திலிருந்து பார்க்கும்போது ஏற்படும் அனுபவமே வேறு. மலை பசுமையான அல்லது கருமையான ஒரு சுவராக வியாபகம் கொண்டு திசைகளை அடைத்தபடி நின்றிருக்கும். சிறிது நேரத்திற்குள் அந்தச் சுவரைத் தவிர வேறு எதுவும் கண்ணுக்குத் தெரியாமல் ஆகிவிடும். சுவர் அவனை அழைக்கும். அவனை நோக்கி மெல்ல நகர்ந்து வரும். சுவர்ப் பரப்பில் சித்திரங்கள் குழம்பியபடி இருக்கும். உற்றுப் பார்க்கப் பார்க்கத் தெளிவு பிறக்கும். சித்திரங்கள் மறைந்து சுவர் பெருவெளியுடன் ஐக்கியமாகியிருக்கும். சித்திரங்கள் என்பதே சலனங்கள்தானோ என்று தோன்றும். சலனங்கள் அடங்கினால் சித்திரங்கள் தோன்றாதா என்ற கேள்வி எழுந்தது. சலனங்களே சித்திரங்களின் ஆதாரம் என்றால் சலனங்கள் இன்றிச் சித்திரங்களும் இல்லை என்று ஆகிவிடுமா? தவிர, இந்தச் சலனங்கள் எழுவது சித்திரங்களிலா அல்லது சுவரிலா அல்லது அதைப் பார்த்துக்கொண்டிருக்கும் கண்களுக்குப் பின் உள்ள மனத்திலா? எந்தச் சலனம் எல்லாச் சலனங்களுக்கும் ஆதாரம்? எது அடங்கினால் எல்லாம் துலங்கும்? எது தெளிந்தால் எல்லாம் தெரியும்? சித்திரங்கள், சலனங்கள். சலனங்களின் சித்திரங்கள். சித்திரங்களின் சலனங்கள்.

சுவர் கலைந்து மலையாக மாற நெடுநேரம் பிடித்த அன்றைய மாலைப்பொழுது அவனுக்கு நன்றாக நினைவிருக்கிறது. அது நாகர்கோவிலுக்குப் பக்கத்தில் உள்ள ஒரு சிற்றூரில் உள்ள மலை. பெயர் மருந்தீஸ்வரமோ அல்லது அதுபோல ஏதோ ஒன்றோ. திடீரென்று தன்னைச் சூழ்ந்துகொண்ட இருட்டை உணர்ந்து சட்டென்று எழுந்துகொண்ட பிறகுதான் கிட்டத்தட்ட ஐந்து மணிநேரமாக ஒரே இடத்தில் உட்கார்ந்திருந்தது தெரியவந்தது. ஒரு முழு வாழ்நாளை அங்கே கழித்தது போன்ற பிரமை தட்டியது. அனுபவம் என்பது என்ன? நிகழ்வுகளின் ஒரு பகுதியாகவோ பார்வையாளராகவோ இருந்து அவற்றில் விழுந்து எழுந்து தாண்டி வருவதா அல்லது நிகழ்வுகள் சார்ந்த மனச் சலனங்களில் கடலில் உப்பெனக் கரைந்து நிற்பதா? எது உண்மையான அனுபவம்? இரண்டில் ஒன்றா, அல்லது இரண்டுமேவா? கால்கள் மரத்துப்போயிருந்தன. குளிரும் சேர்ந்து உடலை முடக்கியது. கால், கைகளை இயல்பாக அசைப்பதற்கே பெரும் முயற்சி தேவைப்பட்டது. குளிருக்கான எந்தப் பாதுகாப்பும் இன்றி வந்திருந்ததால் சீக்கிரம் திரும்ப வேண்டுமே என்ற கவலை பற்றிக்கொண்டது. முடிந்தவரை வேகமாக நடந்து சாலைக்கு வந்தபோது எந்தப் பேருந்தும் இப்போதைக்கு வராது

என்பது தெரிந்தது. நடக்க ஆரம்பித்தான். கால்களுக்கடியில் தெரியும் கரிய சாலையைப் பார்த்தபடி நடந்தான். சாலை படுத்திருக்கும் மலைச் சுவர்போலத் தோற்றமளித்தது. பின்னால் திரும்பிப் பார்த்தான் அதே காட்சி. முன்னும் பின்னும் முடிவற்று விரியும் அந்த மலைச் சுவரில் ஏறிக்கொண்டிருந்தான். சுவரில் சித்திரங்கள் சலனம் கொள்ளத் தொடங்கின. அந்தச் சலனங்களில் ஆழ்ந்தபடி எத்தனை நேரம் என்பதை அறியாது நடந்துகொண்டிருந்தான். கால் வலி அவன் உணர்வுகளை உலுக்க ஆரம்பித்த பிறகு சாலையில் ஏதேனும் வண்டி வருகிறதா என்று பார்க்க ஆரம்பித்தான். சில நிமிடங்களுக்குள் அந்தப் பாதையில் வந்த லாரியை நிறுத்தி ஏறிக்கொண்டான்.

அதன் பிறகு பலமுறை வாழ்வின் சம்பவங்கள் அவை நிகழும்போதே சித்திரங்களாக அவன் கண்களுக்குத் தெரிய ஆரம்பித்தன. மலைச் சுவரின் பின்னணியில் அசையும் சித்திரங்களைத் தான் பார்த்துக்கொண்டிருப்பதான உணர்வு அவனுக்கு அடிக்கடி ஏற்பட ஆரம்பித்தது. அப்படித் தோன்றும் போதெல்லாம் அந்தச் சூழலிலிருந்து தான் மிகவும் விலகி இருப்பதாக அவன் உணர்ந்தான். காமாட்சியின் கல்யாணம், பணி ஓய்வு, சாலை விபத்து என எல்லாமே மலைச் சுவரில் அசையும் சித்திரங்களின் சலனங்களாக மாறிவிட்டன. அவன் சித்திரங்களின் பார்வையாளன்.

காமாட்சியிடம் தொலைபேசி மூலம் பேச வேண்டும் என்று நினைத்துக்கொண்டான். பேசாவிட்டாலும் அவள் வருத்தப்பட மாட்டாள். காலையில் மின்னஞ்சலைப் பார்த்தபோது வந்த செய்திகள் மனத்தில் அலைமோதிக்கொண்டிருந்தன. செய்தித்தாள்களும் செய்திக் காட்சிகளும் ஓயாமல் சலனத்தை ஏற்படுத்திக்கொண்டிருந்தன. காலையில் வந்திருந்த கொதிப்பான கடிதத்துக்குப் பதில் போட்டால் அது இன்னொரு அத்தியாயத்தைத் தொடங்கி வைக்கும். இன்னொரு பயனற்ற விவாதத்தைக் கிளப்பிவிடும். செயலூக்கமற்ற விவாதங்கள், மூளைத் தினவுக்கும், உணர்வெழுச்சிக்கும் தீனி போடும் தந்திரங்கள். செயல் என்பது இன்னொரு பொறி. சுழல். சுற்றிச் சுற்றி ஒரே இடத்தில் புழங்கும் கேலிக்கூத்து. வாழ்க்கை ஒரு பிரம்மாண்டமான சக்கரம். நாம் அதன் ஏதோ ஒரு புள்ளியில் சிறு துரும்பாக இருந்துகொண்டு அந்தச் சக்கரத்தின் இயக்கத்தைக் கையாளும் சிறுபிள்ளைத்தனத்தில் ஈடுபடுகிறோம். வாழ்க்கை இந்த மலைபோல அசைவற்றது. அதன் மூலைகளில் உளிகளை வைத்து ஓட்டையிடுகிறோம். குண்டுகளை வைத்துத் தகர்க்கிறோம். அதன் ரகசிய அறைகளுக்குள் சடலங்களை எறிகிறோம். நமது கனவுகளையும் கழிவுகளையும் கொட்டுகிறோம். அதன்

கடைசியாக ஒரு முறை

மேற்பரப்பில் காணப்படும் நந்தினிகளையும் வளர்மதிகளையும் முத்துகளையும் காமாட்சிகளையும் கண்டு உருகுகிறோம். விந்துத் துளிகளைப் பீய்ச்சி அடித்து அசிங்கப்படுத்துகிறோம். பரவசமடைகிறோம். பஞ்சுப் பொதிபோன்ற மேகங்களைப் பிடித்துவிட எண்ணி, மேலே ஏறிக்கொண்டிருக்கிறோம். நாம் எட்டிப் பிடிப்பதற்குள் மேகங்கள் உருமாறிவிடுகின்றன. சிகரங்களில் நின்று உலகைச் சிறியதாக்கி மகிழ்கிறோம். அல்லது உயரத்தைக் கண்டு அஞ்சுகிறோம். மீண்டும் தரைக்கு வந்து சமநிலை அடைகிறோம். வெறுமை நம்மைச் சூழ்கிறது. என்ன இதெல்லாம், ஏன் இதெல்லாம் என்ற கேள்விகள் மலையின் பரப்புகளில் எதிரொலிக்கின்றன. பதிலின்றித் திசையெங்கும் அலைகின்றன கேள்விகள். விடைகள் கிடைப்பதில்லை. கிடைக்கும் விடைகளும் நம் கண்களுக்குத் தெரியவில்லை. தொலைபேசிகள், மின்னஞ்சல்கள், தவறவிட்ட அழைப்புகள், அழையா விருந்தாளிகள். கடும் பதற்றங்கள், முத்தங்கள் தரும் பரவசங்கள், துரோகங்கள் தரும் வலிகள், கட்டாய உழைப்பின் வேதனைகள், பிச்சைப் பொருளாக மாறிவிட்ட ஓய்வுப் பொழுதுகள். மறதியற்ற மனத்தின் சுமைகள், கரிய சுவர்ப் பரப்பில் அசையும் சித்திரங்கள், சித்திரங்களின் சலனங்கள், சலனங்களின் சித்திரங்கள். சுவர் என்றும் சலனம் கொள்வதில்லை.

அவன் இப்போது தெருவில் நடந்துகொண்டிருந்தான். நன்றாக இருட்டியிருந்தது. மலையடிவாரப் பகுதிகளில் வீடுகளில் எரிந்த விளக்கொளி வழிகாட்டிக்கொண்டிருந்தது. வயிற்றில் பசி கனன்றுகொண்டிருந்தது. மனத்தில் குமுறிக்கொண்டிருந்த எண்ணங்கள் உத்தேகம் தணிய ஆரம்பித்திருந்தன. உதடுகளில் சுவாதீனமான புன்னகை தோன்றியிருந்தன. கால்கள் கட்டுகளற்று விரைய ஆரம்பித்தன. மனம் இலேசாக மாற ஆரம்பித்தது. அவன் மலையை நோக்கி நடந்துகொண்டிருந்தான்.

***காலச்சுவடு*, 2009**

கடைசியாக ஒரு முறை

படபடப்பு இன்னும் அடங்கவில்லை. அரை விநாடிக்கும் குறைவான கால அவகாசத்தில், மயிரிழையைக் காட்டிலும் சிறிய இடைவெளியில், உயிர் பிழைத்துக்கொண்டான். லாரியும் மோட்டார் பைக்கும் ஒன்றையொன்று நோக்கி சீறிப் பாய்ந்த வேகத்தைப் பார்த்தவர்களுக்கு அடுத்த விநாடி அந்த பைக் விசிறியடிக்கப்படுவதைத் தவிர வேறு எந்தக் காட்சியும் மனத்திரையில் தோன்றியிருக்காது. எப்படித் தவறு நேர்ந்தது என்றே புரியாததுபோல எப்படித் தப்பித்தோம் என்பதும் புரியவில்லை. கடைசி நேரத்தில் பைக் எப்படித் திசை மாறியது, லாரியில் மோதாமல் சாலையோரத்தில் எப்படிச் சரிந்தது என்பதெல்லாம் அறிவுக்குப் புலப்படாத மாயமாகவே தோன்றுகின்றன. இடது முழங்கையிலும் முழங்காலிலும் இடது கண்ணுக்குக் கீழும் பலமான சிராய்ப்பு. பைக்கின் பாதம் தாங்கி நசுங்கிவிட்டது. லாரி நிற்காமல் போய்விட்டது. கூட்டம் சூழ்ந்து கொண்டது. யாரோ பைக்கை நிமிர்த்தி வைத்தார். இன்னொருவர் கைத்தாங்கலாகத் தூக்கி நிறுத்தினார். தலை சுற்றியது. காலிலும் கையிலும் தோன்றிய வலி உயிரோடுதான் இருக்கிறோம் என்ற உணர்வைக் கொடுத்தது. சிறிது நேர ஓய்வுக்கும் ஒரு கப் காபிக்கும் பிறகு சற்றுத் தெம்பு வந்தது. பைக்கை ஓட்டிச் சென்றுவிட முடியும் என்ற நம்பிக்கை வந்தது. பக்கத்தில் ஒரு டாக்டரிடம் சென்று காயத்துக்கு மருந்து போட்டுக்கொண்டு, ஊசியும் போட்டுக்கொண்டு, செல்போன் மூலம் அலுவலகத்துக்குச் செய்தி சொல்லிவிட்டு வீடு

திரும்பிப் பூட்டைத் திறந்து படுக்கையில் சரிந்த பிறகும் படபடப்பு அடங்கவில்லை. கண நேரம் மரணத்தைக் கண்ணில் பார்த்துவிட்ட படபடப்பு.

சாம்பசிவன் கைப்பையைத் தொட்டுப் பார்த்தான். இரண்டு லட்ச ரூபாய் பத்திரமாக இருந்தது. கூடவே அந்தப் பத்திரமும் இருந்தது. தொலைபேசிக் கட்டண விவரக் கடிதம், ஆயுள் காப்பீட்டு நிறுவனத்திலிருந்து வந்த கடிதம், படித்துப் பார்த்துக் கையெழுத்திட வேண்டிய தாள்கள் எல்லாம் பத்திரமாக இருந்தன. இந்நேரம் இந்தப் பணம் வின்செண்ட்டின் கைக்குப் போயிருக்க வேண்டும். கையில் பணம் வந்ததும் தொலைபேசியில் அழைப்பதாகச் சொல்லியிருந்தது நினைவுக்கு வந்தது. பணம் கிடைக்கத் தாமதமானதால் அலுவலகத்துக்குப் போன பிறகு கூப்பிட்டுச் சொல்லிவிடலாம் என்று நினைத்தது நினைவுக்கு வந்தது. போன் இன்னும் வராததை எண்ணி வின்செண்ட் கவலைப்பட்டுக்கொண்டிருப்பான். தானாகக் கூப்பிட்டால் சங்கடப்படுத்துவதுபோல இருக்குமே என்று தயங்கிப் பேசாமல் இருப்பான். அவனுக்கு உடனே போன் செய்ய வேண்டும் என்ற நினைத்தான். ஆனால் படபடப்பு இன்னும் அடங்கவில்லை. விஷயம் தெரிந்தால் அலறி அடித்துக்கொண்டு ஓடி வருவான். ஒன்றுமில்லை என்று எவ்வளவு சொன்னாலும் கேட்க மாட்டான். எப்படியும் பணம் கிடைத்துவிட்டது. தாமதமும் ஆகிவிட்டது. மேலும் பத்து நிமிடம் தாமதமானால் ஒன்றும் குடி முழுகிவிடாது.

ஒருவேளை தான் செத்துப்போயிருந்தால் வின்செண்டின் நிலை என்ன ஆகியிருக்கும் என்று நினைத்துப் பார்த்தான். பையில் பணம் இருப்பதைப் பார்த்தும் எப்படி, எதற்காக இவ்வளவு பணத்தை வைத்திருக்கிறான், எப்படி இவ்வளவு பணம் வந்தது என்று யோசிப்பார்கள். அவனுடைய வங்கிக் கணக்கில் ஐம்பதாயிரம் ரூபாய்க்குத்தான் பதிவு இருக்கும். மீதிப் பணத்தில் ஒரு பகுதி இளங்கோ கொடுத்தது. இன்னொரு பகுதி சாம்பசிவனின் தங்கை மீரா கொடுத்தது. இவர்கள் இருவருக்குமே இது வின்செண்ட்டுக்காக வாங்கியது என்று தெரியாது. இவனுக்கு ஏதோ அவசரத் தேவை என்று நினைத்துத்தான் கொடுத்திருக்கிறார்கள். பவித்ராவிடம் இது பற்றிச் சொல்ல வேண்டாம் என்று சொல்லி வாங்கியிருந்தான். வின்செண்ட்டுக்காக இவ்வளவு பெரிய கடனில் ஈடுபடுவதை அவளால் ஏற்றுக்கொள்ள முடியாது. ஒருவேளை செத்துப் போயிருந்தால் இதில் தங்களது பணம் இருக்கிறது என்று சொல்ல இளங்கோவுக்கும் மீராவுக்கும் எவ்வளவு சங்கடம் ஏற்பட்டிருக்கும். அதைவிட வின்செண்ட்டின் நிலைதான் பரிதாபம். தனக்காகத்தான் இந்தப் பணம் வாங்கப்பட்டது

என்பதை அவனால் வெளியே சொல்ல முடியாது. பணமும் அவனுக்குக் கிடைக்காது. அது மட்டுமல்ல. அவனுக்கு உதவுவதற்கு என்று இருந்த மிகச் சில நண்பர்களில் ஒருவனை இழந்துவிட்ட துக்கமும் அவனைச் சூழ்ந்துகொள்ளும். தனது இறப்புக்கான அவனது அழுகையில் எத்தனை சுமைகள் கூடியிருக்கும் . . .

பவித்ராவுக்கு எப்படி இருக்கும்? குழந்தைகள் எப்படி உணர்வார்கள்? அவர்கள் வாழ்வில் எதிர்கொள்ளும் முதல் மரணமாக அது இருக்கும். தங்களுடனே இருக்கும் ஒருவர் திடீரென்று இல்லாமல் போவது என்றால் என்ன என்பதைப் புரிந்துகொள்ளவே அவர்களுக்கு நெடு நாள் ஆகும். திரும்பி வர முடியாத இடத்துக்குச் செல்வது என்றால் என்ன என்று அவர்கள் யோசிப்பார்களா? அப்பாவுக்கு என்ன ஆச்சு என்று அடிக்கடி அம்மாவைக் கேட்பார்களா? பவித்ரா என்ன பதில் சொல்வாள்? பவித்ராவின் நினைவு வந்ததும் அவளுக்காகச் செய்து வைத்திருக்கும் மோதிரம் நினைவுக்கு வந்தது. கடந்த இரண்டு, மூன்று ஆண்டுகளாக அவளுடைய பிறந்தநாளுக்குப் பரிசு வாங்க மறந்து அதனால் ஏற்பட்ட ஊடல்கள் இந்த ஆண்டு ஏற்படக் கூடாது என்பதால் முன்னெச்சரிக்கையுடன் ஏற்பாடு செய்த பரிசு அது. இன்று மாலை கடைக்குச் சென்று வாங்கிவர வேண்டும். நாளைக் காலையில் அவளுக்கு முன்னால் எழுந்து ஒப்பனை மேஜை மீது வைத்துவிட வேண்டும். என்ன இது என்று அவள் திறந்து பார்த்து ஆச்சரியப்பட வேண்டும். ஒருவேளை செத்துப்போயிருந்தால் இவை எதுவுமே நடந்திருக்காது. மோதிரம் செய்யச் சொன்ன விஷயம் தெரியவே பல நாட்கள் ஆகிவிடலாம். அது தனது பிறந்த நாளுக்காகச் செய்தது என்பது அந்தச் சமயத்தில் அவளுக்கு உறைக்காமல் போகலாம். தன் பிறந்த நாளைக்கூட நினைவு வைத்துக்கொள்ள முடியாத புருஷன் என்ற எண்ணம் அவள் மனத்திலிருந்து மறையாமல் தங்கிவிடலாம். ஒருவேளை அந்தக் கடைக்காரரிடம் இது என் மனைவிக்கான பரிசு, இந்த நாளுக்குள் கண்டிப்பாகத் தந்துவிடுங்கள் என்று சொல்லியிருந்தால் சிறிது தாமதமாகவேனும் அவளுக்கு இது தெரியவரும். கடைக்காரரிடமும் சொல்லவில்லை. அவளுக்குத் தெரிய வாய்ப்பே இல்லை. தனக்கு யாரோ ஒரு தோழி இருந்ததாகவும் அவளுக்காகச் செய்த மோதிரம் இது என்பதாகவும் அவள் கற்பனை செய்துகொள்ளலாம். தன்னிடம்கூடச் சொல்லாமல் இரண்டு லட்சம் ரூபாயைப் பையில் வைத்திருப்பதையும் பார்த்தால் சந்தேகமே வராதவளுக்குக்கூடச் சந்தேகம் வரும்.

இன்னும் எந்த விஷயங்களிலெல்லாம் சந்தேகம் வரும், எதிலெல்லாம் குழப்பம் வரும் என்ற எண்ணம் தோன்றியபோது

கடைசியாக ஒரு முறை

பயமாக இருந்தது. உத்தரவாதக் கையெழுத்துக்கள், அலுவலக ரகசியங்கள், அவசரமான கொடுக்கல் வாங்கல்கள், யார் யாருக்கோ கொடுத்த வாக்குறுதிகள், கொடுக்கத் தவறிய வாக்குறுதிகள், பிறரைப் பற்றி எடுக்க வேண்டிய முடிவுகள், அதற்கான காரணங்கள், பொறுமையாகச் செய்து முடிக்க வேண்டிய சில திட்டங்கள் என்று பல விவகாரங்கள் ஒவ்வொன்றும் எங்கேயோ தொடங்கி எங்கேயோ செல்லும் சங்கிலித் தொடர்கள். அதில் ஒரு கண்ணி அறுந்துவிட்டால் என்ன ஆகும்? எத்தனை சங்கிலிகள் ஊசலாடும்? வேறு ஏதோ ஒரு கண்ணி வந்து இணைந்துகொள்ளும். இந்தப் பக்கமும் அந்தப் பக்கமும் இருக்கும் கண்ணிகள் சற்று நெருங்கி வந்து இணைந்துகொள்ளலாம். உலகம் ஒன்றும் திசை மாறிச் சூழலாது. ஆனால் அந்த இணைப்பு சாத்தியமாகும் வரை சங்கிலி ஊசலாடத்தான் செய்யும்.

ராஜசேகரன் அகால மரணம் அடைந்தபோது அப்படித் தான் ஆயிற்று என்பது சாம்பசிவனுக்கு நினைவுக்கு வந்தது. புதிய நியமனங்கள், பணியாளர்களை இடம் மாற்றுதல், பொறுப்புகளை மாற்றிப் பணித்தல் என்று பல விஷயங்களில் அவர் செய்துகொண்டிருந்த பல விஷயங்களை யாராலும் புரிந்துகொள்ள முடியவில்லை. அவரிடம் கேள்வி கேட்கும் துணிச்சல்கூட யாருக்கும் வராது. அவர் செய்து வைத்த பல விஷயங்களைப் புரிந்துகொள்ள முடியாமல் மொத்த நிர்வாகமும் ஓரிரு மாதங்களுக்கு மண்டையைப் பிய்த்துக்கொண்டிருந்தது. ராஜசேகர் பெரிய பதவியில் இருந்தார். பெரிய காரியங்கள் செய்தார். நெருக்கடியும் பெரிதாக இருந்தது. தன்னால் அவ்வளவு பிரச்சினைகள் வராது என்பதில் சாம்பசிவன் நிச்சயமாக இருந்தான். ஆனாலும் விளங்காத மர்மங்கள் பல, தன்னைச் சேர்ந்தவர்களின் மண்டையைக் குடைந்துகொண்டிருக்கத்தான் செய்யும் என்று நினைத்துக்கொன்டான்.

அப்போதுதான் அந்த ஆணுறை அடங்கிய உறை நினைவுக்கு வந்தது. சாம்பசிவனுக்குத் தூக்கிவாரிப்போட்டது. யாருக்கும் தெரியாமல் வின்சென்ட்டுக்காக வாங்கிய கடனோ தாமோதரனுக்காகப் போட்ட உத்தரவாதக் கையெழுத்தோ இருக்கட்டும். பையின் ஓரத்தில் இருக்கும் ஆணுறைகள் அடங்கிய உறையைப் பார்ப்பவர்கள் என்ன நினைப்பார்கள்? பவித்ரா என்ன நினைப்பாள்? ஒருவேளை நான் செத்துப்போயிருந்தால் அவள் இதைப் பார்த்து என்ன நினைப்பாள்? வேறு எதையும்விட இந்த ஆணுறை விவகாரத்துக்காகவே தான் உயிரோடு இருப்பது குறித்து சாம்பசிவன் ஆறுதல் அடைந்தான்.

ஒரு மனிதன் இல்லாமல் போவதால், அதுவும் திடீரென்று மறைந்துபோவதால் உண்டாகும் பிரச்சினைகள் பற்றி நடைமுறைக்கு இத்தனை நெருக்கமாக சாம்பசிவன் யோசித்தது கிடையாது. இரண்டு லட்ச ரூபாய், ஆணுறைகள், அளிக்கத் தவறிய பரிசு, சொல்லாமல் விட்ட கடன்கள், பாதியில் நிற்கும் வேலைகள் என இணைப்பு அறுந்த சங்கிலிகளின் படிமங்கள் அவன் மனத்தில் தொங்கியபடி இருந்தன. ஒருவர் செத்துப் போவதால் மற்றவர்களுக்கு ஏற்படும் பிரச்சினைகளோ மானசீகமான இழப்புகளோ காலப்போக்கில் சரியாகிவிடும். ஆனால் நிறைவேற்றத் தவறிய வாக்குறுதிகள்? அழிக்க முடியாத சந்தேகங்கள்? வாழ்நாள் முழுவதும் பவித்ராவால் அந்த ஆணுறைகள் பற்றிய நினைப்பை ஜீரணித்துக்கொள்ள முடியாது. அவை தங்களுக்கிடையிலான உறவுக்குத் தேவைப்படுவதேயில்லை என்னும் நிலையில் அவள் அந்த ஆணுறைகளின் தேவை பற்றி என்ன நினைப்பாள்? அது ராஜேஷுக்காக, அதுவும் அவனது தயாரிப்புக்கான வடிவமைப்பு மாதிரிக்காகத் தன் இன்னொரு நண்பன் கொடுத்தனுப்பியது என்று அவளுக்கு ஒருபோதும் தெரியப்போவதில்லை. கூடவே இரண்டு லட்ச ரூபாய். சாம்பசிவனுக்குக் கால் வலி எடுத்தது. கொஞ்ச நேரம் எதையும் யோசிக்காமல் இருக்க வேண்டும் என்று முயற்சி செய்தான். திரும்ப மோதிரமும் வின்சென்ட்டின் முகமும் ஆணுறை பாக்கெட்டும் பவித்ராவின் முகமும் குழந்தைகளின் முகங்களும் நினைவில் வந்தபடி இருந்தாலும் மாத்திரையின் தாக்கமும் களைப்பும் சேர்ந்து அவனைத் தூங்க வைத்தன.

எழுந்திருந்தபோது கால் வலி குறைந்திருந்தது. நன்றாகப் பசித்தது. கைபேசியை எடுத்துப் பார்த்தான். வின்சென்ட் கூப்பிட்டிருக்கிறான். பவித்ரா ஐந்து முறை கூப்பிட்டிருக்கிறாள். அவள் எண்ணை அழுத்தினான். பவித்ரா கொஞ்சம் கோபமாக இருந்தாள். ஏன் போனை எடுக்கவில்லை என்று கேட்டாள். மீட்டிங்கா என்றாள் நக்கலாக. சாம்பசிவன் விஷயத்தைச் சொன்னதும் பதறிவிட்டாள். ஒண்ணுமில்ல. வெறும் சிராய்ப்பு தான். ரெஸ்ட் எடுத்திட்டு இருக்கேன் என்று கூடியவரை நிதானமாகச் சொன்னான். நீ அவசரப்பட்டு கிளம்பி வர்ற அளவுக்கு ஒண்ணுமே நடக்கல. ஐ'ம் நார்மல் என்றான். பவித்ரா விடாமல் கேள்விகள் கேட்டுக்கொண்டிருந்தாள். பொறுமையாகப் பதில் சொல்லிவிட்டுப் பேச்சை முடித்தான். பசி அதிகரித்தது. மெதுவாக எழுந்து சிறுநீர் கழிக்கச் செல்லும் போது வின்சென்ட் நினைவு வந்தது. இப்போதே பேசிவிடலாமா என்று நினைத்தான். சிறுநீர் கழிப்பதற்குள் எதுவும் ஆகிவிடாது என்று நினைத்துக்கொண்டபோது அவனை அறியாமல்

உதடுகளில் புன்னகை தோன்றியது. சிறுநீர் கழித்ததும் பசி பெருகியது. பையிலிருந்து மதிய உணவுப் பாத்திரத்தை எடுத்தான். வின்சென்ட்டிடம் பேசிவிட்டுச் சாப்பிடலாமா என்ற எண்ணத்தைப் பசி வென்றது. பணம் கிடைத்துவிட்டது, விரைவில் கூப்பிடுகிறேன் என்று குறுஞ்செய்தி ஒன்றைத் தட்டிவிட்டு நிம்மதியாகச் சாப்பிட ஆரம்பித்தான்.

❍ ❍

அடுத்த நாள் அதே இடத்தைக் கடக்கும்போது உடல் முழுவதும் ஒரு கணம் விறைப்படைந்து பிறகு இயல்பு நிலைக்குத் திரும்பியது. எங்கும் எப்போதும் எதுவும் நடக்கலாம் என்னும் சாத்தியங்களுடன் புழங்கிக்கொண்டிருந்தாலும் சம்பவம் நடந்த இடத்தை மீண்டும் எதிர்கொள்ள நேரிடும்போது ஏற்படும் கலக்கத்தைத் தவிர்க்க முடியவில்லை. அந்த இடத்தைத் தாண்டியதும் ஏதோ அபாய மண்டலத்தைத் தாண்டியது போன்ற உணர்வு.

வண்டி வேகம் எடுத்து ஓட ஓட மனமும் நிதானமடைந்தது. நேற்று இருந்த பாரம் இன்று இல்லை. மோதிரத்தை வாங்கி, திட்டமிட்டபடி பரிசளித்துப் பவித்ராவை ஆச்சரியப்படுத்தி யாயிற்று. பணத்தை வின்சென்ட்டின் வீட்டில் கொண்டுபோய்க் கொடுத்தாயிற்று. வின்சென்ட்டையும் கூட்டிக்கொண்டுபோய் ஆணுறை அடங்கிய உறையை ராஜேஷிடம் கொடுத்தாயிற்று.

என் மறைவால், அதுவும் திடீரென்று ஏற்படும் மறைவால், பிறர் படும் துன்பங்களை, குழப்பங்களை, இழப்புகளைக் குறைக்க நான் ஏற்பாடு செய்ய வேண்டாமா? இந்தக் கேள்விதான் சாம்பசிவன் மனதைக் குடைந்துகொண்டிருந்தது. எல்லாவற்றுக்கும் ஒரு சாட்சியைத் தயார் செய்ய வேண்டும். உயிருள்ள சாட்சி அல்லது உயிரற்ற சாட்சி, நான் என்னென்ன செய்கிறேன் என்பதைச் சுருக்கமாகவாவது எங்கேயாவது எழுதி வைக்க வேண்டும். கடன் விவகாரங்கள், உத்தரவாதக் கையெழுத்துக்கள், பேரங்கள் என்று எல்லாவற்றையும் எழுத வேண்டும். ரொம்பவும் பிரச்சினைக்குரிய விஷயங்களை எழுதாமல் நம்பகமான யாரிடமாவது சொல்லி வைக்கலாம். அந்த லாரி எப்போது வேண்டுமானலும் திரும்ப வரலாம். நான் செல்லும் பஸ் விழுப்புரம் அருகே நள்ளிரவில் கவிழ்ந்து போகலாம். ரயில் பெட்டி தடம் புரளலாம். அலுவலகக் கட்டிடத்தில் தீப்பிடிக்கலாம். கடைத்தெருவில் குண்டு வெடிக்கலாம் . . .

❍ ❍

● 62 ● அரவிந்தன்

மழை சுத்தமாக நின்ற பிறகு துலங்கும் வானம் போல் வாழ்க்கை புதிய மெருகுடன் காட்சியளித்தது. இள வெயிலும் சிலுசிலுப்புமாய்ச் சூழல் புத்துணர்வு கொண்டிருந்தது. பொதுக் கடையடைப்பு நாளில் தடைகளற்று விரையும் வாகனம் போல வாழ்க்கை புதிய சுதந்திரத்தில் திளைக்க ஆரம்பித்தது. சாம்பசிவனின் நாட்குறிப்பின் பக்கங்கள் நிரம்பத் தொடங்கின. நெருக்கமான நண்பர்களின் காதுகளை ரகசியங்கள் நிறைக்க ஆரம்பித்தன. பகிர்தல்களும் பதிவுகளும் பொறுப்பின் சுமையைக் குறைக்க ஆரம்பித்தன. ஒவ்வொரு செயலையும் அதன் விளைவுகளையும் தன் இன்மையின் பின்னணியில் வைத்துப் பார்க்கும் பழக்கம் வேர்விடத் தொடங்கிவிட்டது. ஒவ்வொரு நாளும் காலையில் வண்டியைக் கிளப்பும்போது, இன்று நான் உயிரோடு திரும்பி வராவிட்டால் என்னும் கேள்வியும் அதற்கான விடைகளும் மண்டையில் திரள ஆரம்பித்தன.

இதே உலகம். இதே சூழல். இதே மக்கள். இதே வேலைகள். ஆனால் இவற்றின் நடுவே இருக்கும் நான் மட்டும் இல்லை. அந்த இடைவெளியை எத்தனை பேர் உணர்வார்கள்? எத்தனை பேருக்கு அது முக்கியமாக இருக்கும்? இதற்கு முன் இறந்த யாருடைய வெற்றிடத்தையாவது நான் அன்றாட வாழ்வில் நினைத்துக்கொள்கிறேனா? முடி திருத்தும் கடைக்குச் செல்லும்போது பாலனின் நினைவு வருகிறது. கடற்கரைக்குச் செல்லும்போது கடலில் மூழ்கி இறந்த லட்சுமியின் நினைவு வருகிறது. அலுவலகத்தில் நெருக்கடி அதிகரிக்கும்போது பாஸ்கரின் நினைவு வருகிறது. எப்போதாவது அம்மா, அப்பாவின் நினைவு. அன்றாட வாழ்வு எந்த வெற்றிடத்தையும் பொருட்படுத்தாமல் நகர்ந்துகொண்டுதான் இருக்கிறது. என் வெற்றிடமும் பொருட்படுத்தத் தேவையில்லாததாக ஆகிவிடும். அப்படியானால் என் இருப்பும் அப்படித்தானா? அதில் பொருட்படுத்த எதுவும் இல்லையா? இதற்காகவா இத்தனை கஷ்டம்? இதற்காகவா இத்தனை அவஸ்தைகள்? வாழ்க்கை என்பதே இருக்கும்வரை அனுபவித்துவிட்டுப் போவதுதானா? அதற்கு மேல் ஒன்றுமில்லையா?

சாம்பசிவனின் சிந்தனை தடைப்பட்டது. தர்க்கம் தறிகெட்டுப் போவதாகத் தோன்றியது. எல்லா வெற்றிடங்களும் அப்படி ஆகிவிடுவதில்லை என்பது நிதானமாக யோசிக்கையில் துலங்க ஆரம்பித்தது. யாருமே பொருட்படுத்தாவிட்டாலும் தன் கடமைகளை ஒருவர் புறக்கணிக்க முடியாது என்று பட்டது. குழப்பங்களையும் பிரச்சினைகளையும் ஏற்படுத்திவிட்டுப் போக யாருக்கும் உரிமையில்லை என்ற எண்ணம் மீண்டும் அழுத்தமாகத் தலை தூக்கியது. பையில் இருந்த இரண்டு லட்ச

ரூபாயும் ஆணுறை அடங்கிய உறையும் நினைவுக்கு வந்தது. மீண்டும் தான் இல்லாத உலகில் தன் இன்மையின் பிம்பத்தை முன்னிறுத்தி யோசிக்க ஆரம்பித்தான். பல காட்சிகள் சலனம் கொண்டன. தன் இன்மையின் இருப்பு ஆழ்ந்த துக்கத்தை ஏற்படுத்தியது. கண்களில் நீர் திரண்டு வந்தது.

○ ○

சாவுக்கான ஏற்பாடுகளுக்குப் பின்னால் சாவு பற்றிய செய்தி மறைந்திருப்பதால் சாம்பசிவனின் மனம் அவ்வப்போது இருண்டுபோனது. எல்லாமே அர்த்தமற்றவை என்ற விரக்தியும் எதிலும் ஆர்வமற்ற மனநிலையும் உருவாகியது. இந்தப் போராட்டத்துக்கிடையில் வேறொரு சிக்கல் முளைத்தது. ஒருநாள் காலையில் பவித்ராவோடு ஒரு சண்டை. சாதாரண விஷயம்தான். ஆனால் திடீரென்று கோபம் உச்சிக்கு ஏறிவிட்டது. மோசமான, மிக மோசமான ஒரு வார்த்தை தெறித்துவிட்டது. பவித்ரா அதிர்ந்துபோனாள். அதிர்ச்சி அவள் கண்களில் உறைந்து நின்றது. உடல் முழுவதும் விறைப்படைந்தது போல ஒரு கணம் அசையாமல் நின்றது. அவள் கத்தவில்லை. அழவில்லை. கோபமாகவோ வருத்தமாகவோ ஒரு வார்த்தைகூடப் பேசவில்லை. ஆழமாக, கூர்மையாக ஒரு பார்வை. சாம்பசிவன் சுதாரித்துக்கொண்டான். பவித்ராவின் தோளைத் தொட்டுப் பேச முயற்சி செய்தான். பவித்ரா அவன் கையைத் தட்டிவிடவில்லை. முகத்தை வெட்டித் திருப்பிக்கொள்ளவில்லை. அவன் கையிலிருந்து தன் தோளை மெதுவாக விலக்கிக்கொண்டாள். பார்வை இப்போது அவனை நோக்கியதாக இல்லை. மெதுவாக அந்த இடத்திலிருந்து நகர்ந்தாள். பிறகு தன் வேலைகளைக் கவனிக்க ஆரம்பித்தாள். சாம்பசிவன் அவள் பின்னாலேயே சென்றான். ஏதேதோ பேச முயன்றான். நடமாடும் சிலையோடு உறவாடும் முயற்சியாகவே அது இருந்தது. பளீஸ் . . . ப்ளீஸ் என்றபடி அவளைச் சுற்றிச் சுற்றி வந்தான். அவளோ அவனது இருப்பையே முற்றாகப் புறக்கணித்தபடி செயல்பட்டுக்கொண்டிருந்தாள். இங்கே பார், இதோ பார் என்றெல்லாம் பேச்சைத் தொடங்க முயன்றான். சிலை சலனம் கொள்ளவில்லை. தப்புதான் என்றான். அதுவும் அவள் காதுக்குள் போனதாகத் தெரியவில்லை.

சாம்பசிவன் பேசாமல் தன் வேலைகளைக் கவனிக்க ஆரம்பித்தான். சவரம் செய்துகொண்டான். அன்றைக்குப் போட்டுக்கொள்ள வேண்டிய உடைகளை எடுத்துக் கட்டிலின் மேல் வைத்துவிட்டுக் குளிக்கப் போனான். உணவு மேசையில் இருவரும் வந்து அமர்ந்ததும் ஹாட் – பேக்கிலிருந்து இட்லிகளை எடுத்துப் போட்டுக்கொண்டான். பவித்ராவின் தட்டிலும்

இரண்டு இட்லிகளை வைத்துச் சட்னி ஊற்றினான். அவள் சாப்பிட ஆரம்பித்ததும் சாம்பசிவனுக்குச் சற்று நிம்மதி ஏற்பட்டது. சிறிது நம்பிக்கை துளிர்த்தது. அவனும் சாப்பிட ஆரம்பித்தான் பிறகு பேச ஆரம்பித்தான்.

திடீர்னு என்ன ஆச்சுன்னே தெரியல. என்னையறியாம பயங்கரக் கோபம் வந்துட்டுது. நீ சொன்ன வார்த்தையால கோபம்னு சொல்ல முடியாது. அது ஒண்ணும் அவ்வளவு பெரிய வார்த்த இல்ல. திடீர்னு ஒரு ஆத்திரம், ஒரு மிருகத்தனம் . . . ஏதேதோ ப்ரஷர் சேந்து வெடிச்சிடிச்சி. ஆக்சுவலா பாத்தா உம்மேல எனக்குக் கோபம்னு சொல்ல முடியாது. ஏதோ ஒரு கோவம். அவ்ளதான். இது என்னோட பிரச்சினை. ஒடம்பு சரியில்லன்னா தலை வலிக்குமே அந்த மாதிரி பிரச்சினை. எமோஷன்ஸ்ல நா ரொம்ப கேர்லஸ்ஸா இருந்துருக்கேன். ஏன் இப்டி ஆச்சுன்னு யோசிக்கறேன் . . . ப்ரஷரை ஹேன்டில் பண்ணத் தெரியலயோ என்னவோ . . .

பவித்ரா எழுந்துகொண்டாள். தட்டைத் தேய்க்கப் போட்டுவிட்டுக் கையையும் வாயையும் கழுவிக்கொண்டாள். கண்ணாடி முன் சென்று துண்டால் உதடுகளை ஒற்றிக்கொண்டாள். தலைமுடியைச் சற்றே சரிசெய்துகொண்டாள். பையை எடுத்துக்கொண்டு கிளம்பிவிட்டாள்.

சாம்பசிவன் அடிபட்ட தெரு நாய்போலத் துவண்டு போனான். தான் பேசப் பேச அவள் மனம் இளகி இயல்பு நிலைக்கு வரும் என்று நினைத்த அசட்டுத்தனத்தை நினைத்து அருவருப்பு ஏற்பட்டது. எவ்வளவு அவமானமாக உணர்ந்திருந்தால் அவளுக்கு அத்தனை கோபம் ஏற்பட்டிருக்கும் என்று நினைத்துப் பார்த்தான். தனக்குள் எங்கிருந்து வந்தது இந்த ஆங்காரம்? அடுத்தவர் மீது நெருப்பை உமிழ்வதற்கான ஆத்திரத்தின் ஊற்றுக்கண் எது?

வண்டியைக் கிளப்பும்போது வழக்கமாக வரும் எண்ணம் தன்னிச்சையாக ஏற்பட்டது. இன்று மாலை திரும்பி வராமல் செத்துப்போய்விட்டால்? காலையில் கணவனிடம் கோபித்துக் கொண்டு போன மனைவி மாலையில் அவனைப் பிணமாகப் பார்க்க நேர்ந்தால் அவள் மனம் என்ன பாடுபடும்? சாவு அனைத்துக் கோபங்களையும் வலுவிழக்கச் செய்துவிடக்கூடியது. செத்தவர்களுடன் போட்ட சண்டைகளுக்காகக் குற்ற உணர்வை ஏற்படுத்தக்கூடியது. இந்தக் குற்ற உணர்வை பவித்ரா எப்படிச் சமாளிப்பாள்? சாம்பசிவனின் மனம் துவண்டது. அவளைச் சமாதானப்படுத்தாமல் செத்துப்போனால் அது அவளுக்கு இழைக்கும் அநீதியாக இருக்கும் . . .

வண்டியை அணைத்துவிட்டுக் கைபேசி மூலம் அவளது எண்ணைத் தொடர்புகொண்டான். அது அணைக்கப்பட்டிருந்தது. அலுவலகத்தைத் தொடர்புகொண்டான். வரவேற்பறைத் தொலைபேசி அலறிக்கொண்டிருந்தது. நேரத்தைப் பார்த்துவிட்டுத் தொடர்பைத் துண்டித்தான். 'என்னை மன்னித்துவிடு. வாழ்நாளில் ஒருபோதும் இனி இப்படி நடக்காது. இது சத்தியம்' என்று ஒரு குறுஞ்செய்தியை அடித்தான். படித்துப் பார்க்கும்போது ரொம்பவும் நாடகத்தனமாய் இருப்பதாகப் பட்டது. அழித்தான். தன்னுடைய மூத்த அதிகாரியைத் தொடர்புகொண்டு அரை நாள் விடுப்பு சொல்லிவிட்டுப் பவித்ராவின் அலுவலகத்தை நோக்கி வண்டியைச் செலுத்தினான்.

○ ○

நெடு நேரம் பவித்ரா பதில் பேசவில்லை. அவன் முகத்தைக்கூடப் பார்க்கவில்லை. எனக்கு நேரமாயிடிச்சி என்று மட்டும் இடையில் ஓரிரு முறை சொன்னாள். சாம்பசிவன் மன்றாடினான்.

தப்புதான். நான் இல்லன்னு சொல்லலயே. உன்மேல எந்தத் தப்பும் இல்லன்னு திரும்பத் திரும்பச் சொல்றேனே.

பவித்ரா பதில் பேசவில்லை.

என்ன காரணம்னே தெரியல. இப்படி ஒரு மிருகத்தனம் எனக்குள்ள எப்படி வந்துதுன்னு தெரியல.

பவித்ரா பதில் பேசவில்லை.

இங்கே பார் பவி, ஒருத்தர் இன்னொருத்தரைப் பாத்து சத்தம் போடறான்னா அதுக்குக் காரணம் எதிராளியாதான் இருக்கணும்ங்கறது கிடையாது. வீட்டுல கோவிச்சிக்கிட்டு ஆபீஸ்ல மோசமா நடந்துக்கறது இல்லயா? பணக் கஷ்டம் உள்ளவங்க காரணம் இல்லாம எரிஞ்சு விழறதில்லயா? அந்த மாதிரி பலவீனம்தான் இது. எங்க ஆபீஸ்ல . . .

ஹஸ்பெண்ட் வந்திருக்கும்போது நான் பிஸியா இருக்கேன்னு சொல்லி அனுப்பினா நல்லா இருக்காதுன்றதுனாலதான் நான் வந்துருக்கேன். லெக்சரைக் கேக்கற மூட்ல நான் இல்ல.

நா சொல்றதக் கொஞ்சம் கேளு ப்ளீஸ் . . .

அவன் குரல் உயர்ந்தது. தழுதழுத்தது. உணவகத்தில் இருந்த சிலர் இந்தப் பக்கம் திரும்பிப் பார்ப்பதைப் பவித்ரா கவனித்தாள்.

மெதுவாப் பேசுங்க என்றாள். பல்லைக் கடித்தபடி உதடுகளை அதிகம் திறக்காமல் மெதுவாக, அழுத்தமாகச்

சொன்னாள். அப்புறமா பேசிக்கலாம் என்றாள். எழுந்துகொள்ள முனைந்தாள். அப்புறம் என்ற வார்த்தையைக் கேட்டதும் சாம்பசிவனுக்குள் ஒரு வேகம் வந்தது.

அப்புறமா? அன்னிக்கு மாதிரி ஆக்சிடெண்ட் ஆகி அதுல நா செத்துப்போயிட்டா எப்ப பேசறது?

பவித்ரா உட்கார்ந்தாள். சாம்பசிவனை நேராகப் பார்த்தாள்.

நீங்கதான் சாகணுமா என்ன? நான்கூடச் செத்துப்போகலாம். இந்த மாதிரி வார்த்தையெல்லாம் கேக்கறத்துக்குச் செத்துப் போகலாம்.

யார் வேணும்னா எப்ப வேணும்னா சாகலாம். அப்படி இருக்கும்போது எதுக்காக இதையெல்லாம் பெரிசுபடுத்தணும்?

அதுக்காக என்ன வேணும்னா பேசலாமா? என்ன வேணும்னா பண்ணலாமா?

நான்தான் மன்னிப்புக் கேக்கறேனே. நடந்ததை மாத்த முடியாது. ஆனா இனிமே நடக்காமப் பாத்துக்கலாம். நடந்ததையே நெனச்சு விரோதிகளா வாழணுமா?

அது சரி. வேற வழி? இதே கல்யாணம் ஆன புதுசுல இப்படியெல்லாம் பேசியிருந்தீங்கன்னா என் வழியைப் பாத்துக்கிட்டுக் கிளம்பிப் போயிருப்பேன். இப்பகூடப் போயிடுவேன். உங்கள நம்பி நான் இல்ல. ஆனா பசங்களுக்கு பதில் சொல்லணுமேன்னு பாக்கறேன்.

நானும் அதே நிலைலதானே இருக்கேன்? நீ என்கிட்ட மோசமா நடந்துகிட்டாலும் எனக்கும் வேற வழி இல்ல. யாரும் யார நம்பியும் இல்ல. ஆனா பசங்க நம்பள நம்பி இருக்காங்க. நாளைக்கு யாருக்கு வேணும்னா என்ன வேணும்னா நடக்கலாம். செத்துப்போனவங்ககிட்ட இப்படி நடந்துக்கிட்டோமேன்னு உயிரோட இருக்கவங்க கவலைப்படற நிலைமையை யாரும் உருவாக்கிடக் கூடாது.

இப்ப எதுக்கு சாவு பத்திப் பேச்சு? பிரச்சினை என்னவோ அதைப் பத்தி மட்டும் பேசு.

சாவை நெனச்சிப் பாக்கும்போது எந்தப் பிரச்சினையும் பெரிசாத் தெரியல பவித்ரா . . .

பவித்ரா அவனை உற்றுப் பார்த்தாள். அவன் கண்கள் பனித்திருந்தன.

என் மேல இவ்வளவு கோபப்படற அளவுக்கு என்ன நடந்தது? அப்படியே நடந்தாலும் என்னை இந்த அளவுக்குக் கோச்சிக்கற அதிகாரத்தை உனக்கு யார் கொடுத்தது?

ஒண்ணுமே நடக்கல. ஓம் மேல எந்தத் தப்பும் இல்ல. கோபப்பட எந்த அதிகாரமும் இல்ல. இது ஒரு ஆக்சிடெண்ட். நடக்க முடியாதவன் தடுமாறி நம்ம மேல விழுந்தா நமக்கு அடி படறதில்லையா, அந்த மாதிரி. அவ்வளவுதான்.

நல்லாப் பேசக் கத்துக்கிட்டிருக்க.

சாம்பசிவன் பதில் சொல்லவில்லை.

காப்பி ஆறுது பார்.

சாம்பசிவன் ஆறிப்போன காப்பியைக் குடிக்க ஆரம்பித்தான். பவித்ரா சர்வரைக் கூப்பிட்டு இரண்டு காபி என்றாள். சாம்பசிவன் மனம் ஆசுவாசமடைய ஆரம்பித்தது.

இங்கே பார். இனிமே இப்படியெல்லாம் கத்தினே, அப்புறம் ஜென்மத்துக்கும் நான் உன்கிட்டப் பேச மாட்டேன். நீ எவ்வளவு கெஞ்சினாலும் பேச மாட்டேன். கத்தினாலும் பேச மாட்டேன். செத்தாலும் பேச மாட்டேன்.

பேசாம இருக்கறது பெரிய தண்டனைதான்.

நீ பல சமயம் பேசாமதான் இருக்க.

ஆனா அது கோபத்தால இல்ல.

பெரிய சிந்தனையாளன்னு ஒனக்கு நெனைப்பு . . .

அப்படின்னா எனக்கு ஓம் மேல கோபம் இல்லன்னுதானே அர்த்தம்?

அதான் சொன்னேனே, நீ நல்லா பேச ஆரம்பிச்சிட்ட.

○ ○

சாம்பசிவன் உற்சாகமாக இருந்தான். அரை நாள் விடுமுறை எடுத்தாலும் இன்று சீக்கிரமே வீட்டுக்குப் போக வேண்டும் என்று மனம் பரபரத்தது. மனம் திறந்து மன்னிப்புக் கேட்பதில் எவ்வளவு பெரிய ஆசுவாசம் இருக்கிறது. இப்போது செத்துப் போனால் காலையில் நடந்த சம்பவத்தால் பவித்ராவின் மனநிலையில் பாரம் எதுவும் ஏற்படாது என்ற திருப்தியால் எழுந்த ஆசுவாசம் சமாதானத்தால் விளைந்த ஆசுவாசத்தை விட அதிகமாக இருந்தது. சந்தோஷமான இந்த மனநிலையில் சாவைப் பற்றி நினைப்பதில் வருத்தம் ஏற்படவில்லை. அன்றைய வேலையின்போது தன்னிச்சையாகச் செய்ய நேர்ந்த செயல்கள், எடுத்த முடிவுகள் ஆகியவற்றை அலுவலகப் பணிகளுக்கென்று வைத்திருந்த நாட்குறிப்பில் விரைவாக எழுதி வைத்துவிட்டுக் கிளம்பினான்.

எந்தக் காரணத்திற்காகக் கோபம் வந்தாலும் அந்தக் கோபமே அந்த நபருடனான கடைசி உரையாடலாக மாற வாய்ப்பிருக்கிறது என்பதால் யாருடனும் இத்தகைய கடைசிச் சந்திப்பை ஏற்படுத்திக்கொள்ளக் கூடாது என்று தீர்மானித்தான். குடியிருப்பின் காவலர் கதவைத் திறக்கத் தாமதப்படுத்திய போது வழக்கமாக வரும் கோபம் வரவில்லை. இவ்வளவு இருட்டிய பிறகும் வண்டி நிறுத்தும் இடத்தில் விளக்கு போடப்பட்டிருக்கவில்லை என்பதைக் கண்டு எப்போதும் வரும் கோபம் வரவில்லை. மாடி வீட்டுக்காரர் வழக்கம்போல் வண்டியைத் தாறுமாறாக நிறுத்தியிருப்பதைக் கண்டு வரும் எரிச்சல் வரவில்லை.

காலையில் எதுவுமே நடக்காததுபோல் பவித்ரா இலகுவாகப் பழகியது சாம்பசிவனுக்கு ஆசுவாசமாக இருந்தது. அடுத்த நாள் சனிக்கிழமை, பள்ளிக்கூடம் விடுமுறை என்பதால் பிரதீப்பும் லாவண்யாவும் உற்சாகமாக இருந்தார்கள். இரவு உணவுக்கு வெளியில் போகலாம் என்று முடிவு செய்தார்கள். குழந்தைகளுக்கு ஒரே குஷி. ஐந்து நிமிடங்களில் தயாராகிவிட்டார்கள். உற்சாகமாகக் கிளம்பி சாவகாசமாகச் சாப்பிட்டுவிட்டுத் திரும்பும்போது மணி பதினொன்றுக்கு மேல் ஆகிவிட்டது. அதன் பிறகும் குழந்தைகளுக்குத் தூங்கும் மனநிலை வரவில்லை. கதை சொல்லு என்றான் பிரதீப். நாளைக்குச் சொல்கிறேன் என்று சமாளிக்கப் பார்த்தான் சாம்பசிவன், அதெல்லாம் முடியாது என்று அடம் பிடித்தான் பிரதீப். லாவண்யாவும் பவித்ராவும் செஸ் ஆட உட்கார்ந்துவிட்டார்கள்.

சாம்பசிவனுக்குக் கதை சொல்லும் மனநிலை இல்லை. கேரம் போர்டு ஆடலாமா என்று கேட்டான். பிரதீப் ஒப்புக்கொண்டான். பாதி ஆட்டத்தின்போது பிரதீப்பின் கவனம் செஸ் ஆட்டத்தின் மீது திரும்பியது. லாவண்யா எந்தக் காய்களை நகர்த்த வேண்டும் எனது சொல்லிக்கொடுக்க ஆரம்பித்தான். நீ உன் வேலையைப் பாத்துட்டு போ என்று அவள் கத்தினாள். நீ தோக்கப் போறடி என்று சபித்துவிட்டு கேரம் போர்டில் கவனம் செலுத்த ஆரம்பித்தான். லாவண்யா தோற்கும் நிலையில் இருப்பது சாம்பசிவனுக்குத் தெளிவாகத் தெரிந்தது. பவித்ராவிடம் ரகசியமாக ஜாடை காட்டினான். சிறிது நேரத்தில் பவித்ராவின் ராணியும் யானையும் வெட்டுப்பட்டன. லாவண்யா உற்சாகமாக முன்னேற ஆரம்பித்தாள். சாம்பசிவனால் சிவப்புக் காய்க்கு அடுத்தபடியாகத் தன்னுடைய கறுப்புக் காயைக் குழிக்கு அனுப்ப முடியவில்லை. பிரதீப் சுலபமாக ஆட்டத்தை முடித்துவிட்டான். சதுரங்க ஆட்டத்தில் வென்ற லாவண்யா இப்போது கேரம் ஆட்டத்தில் தலையிட ஆரம்பித்தாள். நீயே ஆடு

என்று சொல்லிவிட்டு சாம்பசிவன் சமையலறைக்குச் சென்று ஹார்லிக்ஸ் கலக்க ஆரம்பித்தான். பவித்ரா பின்னாலேயே வந்து அவனுக்கு ஒத்தாசை செய்தாள். நெடுநேரம் பேசி, சிரித்துக்கொண்டிருந்துவிட்டு விளக்கை அணைக்கும்போது மணி பனிரெண்டுக்கு மேல் ஆகியிருந்தது.

சாம்பசிவனுக்குத் தூக்கம் வரவில்லை. அந்த வீட்டில் நிறைந்திருந்த காற்றில் சுகந்தம் பரவியிருந்ததாக அவனுக்குத் தோன்றியது. மனம் மிதந்துகொண்டிருந்தது. நாளைக்கே செத்துப் போனால் குழந்தைகளுக்கும் பவித்ராவுக்கும் மறக்க முடியாத இரவாக இது நினைவில் தங்கிவிடும் என்று நினைத்தபோது திருப்தியும் துக்கமும் ஒருசேரப் பொங்கி வந்தன. தன்னைப் பற்றிய எதிர்மறையான உணர்வுகளை விட்டுச் செல்வோமா என்ற பயம் வரும்போது எப்படியாவது அதை மாற்றிவிட்டுப் பிறகு சாக வேண்டும் என்று தோன்றுகிறது. இதமான உணர்வுகளுடன் விடைபெற்றுக்கொள்வோம் என்று நினைக்கும்போது இந்த வாழ்க்கையை நான் ஏன் இவ்வளவு சீக்கிரம் இழக்க வேண்டும் என்ற கேள்வி எழுகிறது.

இதை இழப்பதும் இழக்காததும் என் கையில் இல்லை. இழப்பதற்கு முந்தைய வாழ்வை வடிவமைப்பதில் எனக்குப் பங்கு இருக்கிறது. அதைத்தான் நான் செய்துகொண்டிருக்கிறேன். இறப்பவர் மூலம் இருப்பவர்கள் பெறும் பிரச்சினைகளின் வீரியத்தைக் குறைத்துவிட்டுப் போக முயல்கிறேன். எப்போது வேண்டுமானாலும் நிகழக்கூடிய சாவைப் பற்றி யோசிக்காமல் மனிதன் செய்து வைத்த செயல்களால் விளைந்த அனர்த்தங்கள் கோடிக்கணக்கில் குவிந்திருக்கின்றன. எப்போதும் சாவு வரலாம். நான் தயாராக இருக்கிறேன். எப்போதும் தயாராக இருக்கிறேன். இதுபோன்று இன்னொரு வெள்ளிக்கிழமை இரவு எனக்கு வராமல் போகலாம். இன்னொரு வெள்ளிக்கிழமை இரவு என்னைப் பிறருக்கு நினைவுபடுத்தும் நாளாக மாறலாம். அதற்கு நான் ஒன்றும் செய்ய முடியாது. என் கையில் கிடைத்த ஒரு வெள்ளிக்கிழமை இரவை என்னால் முடிந்தவரை மகிழ்ச்சிக்குரியதாகவும் அர்த்தமுள்ளதாகவும் ஆக்கினேன். அடுத்த வெள்ளிக்கிழமை பற்றி எனக்குத் தெரியாது.

தூக்கம் சாம்பசிவனை மெதுவாகத் தழுவியது. கடும் போக்குவரத்து நெருக்கடியில் மாட்டிக்கொள்வது போன்ற கனவு வந்தது. எரிச்சலும் புழுக்கமும் அவஸ்தைக்குள்ளாக்கின. பின்னால் இருந்த ஒரு வண்டி ஹாரன் அடித்துக்கொண்டே இருந்ததில் இவன் ஆத்திரம் அதிகரித்தது. வண்டியை நிறுத்தி விட்டு அந்தக் கார் அருகே சென்று அந்த டிரைவரிடம்

சண்டை பிடித்தான். இப்போது நிறையப் பேர் ஹாரன் அடிக்க ஆரம்பித்துவிட்டார்கள். எல்லோரும் சேர்ந்து அடிப்பார்களோ என்ற பயம் பிடித்துக்கொண்டது. வேகமாகத் திரும்பி வந்தான். வண்டி கீழே விழுந்து கிடந்தது. அதைத் தூக்குவதற்குள் ஹாரன் சத்தங்கள் அதிகரித்தன. எரிச்சலும் கோபமும் தலைக்கேற விழிப்பு வந்தது. லாவண்யா தன் மீது காலைத் தூக்கிப் போட்டுக்கொண்டிருப்பதை உணர்ந்தான். படபடப்பு அடங்கிவிட்டது. தூங்குவதற்கு முன் இருந்த லேசான உணர்வு இப்போது இல்லை. மனத்தில் புழுக்கம் கூடியது. பக்கத்தில் திரும்பிப் பார்த்தான். மூவரும் அயர்ந்து தூங்கிக்கொண்டிருந்தார்கள். அவர்கள் மூவரும் பிணமாக இருப்பதுபோலவும் தான் ஒருவன் மட்டும் உயிரோடு இருப்பது போலவும் சட்டென்று ஒரு எண்ணம் தோன்றியது. உடல் முழுவதும் அதிர்ந்து அடங்கியது. வியர்த்தது. குழந்தையின் தலையை மெல்லக் கோதினான். பிறகு கண்களை மூடித் தூங்க முயன்றான். தான் பிணமாக இருப்பதாகவும் இவர்கள் மூவரும் தன்னைப் பார்த்துக் கதறிக்கொண்டிருப்பதாகவும் கற்பனை செய்து பார்த்துக்கொண்டான். எவ்வளவு முயன்றும் அந்தச் சித்திரம் மனத்தில் தெளிவாக உருப்பெறவில்லை. இந்தச் சமயத்தில் இப்படி ஒரு கனவு ஏன் வந்தது என்று நினைத்துப் பார்த்தான். வண்டிகளின் ஹாரன் சத்தம் கேட்க ஆரம்பித்தது. கண்களைத் திறந்தான். மூவரும் சலனமில்லாமல் படுத்திருப்பதைப் பார்த்து பயம் ஏற்பட்டது. கண்களை மூடினான். தலை வலித்தது.

இதற்கு முன்பும் எத்தனையோ முறை தூக்கம் கலைந்து எழுந்து குழந்தைகளும் பவித்ராவும் தூங்கிக்கொண்டிருப்பதைப் பார்த்திருக்கிறேன். இன்று மட்டும் ஏன் அவர்கள் பிணமாகத் தெரிகிறார்கள்? இதற்கு முன்பு எத்தனையோ முறை இரவில் மகிழ்ச்சியாக விளையாடிவிட்டு, அரட்டை அடித்துவிட்டுத் தூங்கியிருக்கிறோம். இன்று மட்டும் ஏன் இவ்வளவு மகிழ்ச்சி ஏற்பட்டது?

❍ ❍

காலை ஆறு மணிக்கே சாம்பசிவனுக்குத் தூக்கம் கலைந்துவிட்டது. இரவு வெகு நேரம் தூக்கம் வராவிட்டாலும் தூங்கும்போது ஆழமான தூக்கம் வாய்த்திருக்கிறது என்பதை உணர்ந்தான். பவித்ராவும் குழந்தைகளும் இன்னமும் தூங்கிக் கொண்டிருந்தார்கள். ஓசை எழுப்பாமல் வெளியே வந்து படுக்கை அறையின் கதவைச் சாத்தினான். காபிக்கான முன் தயாரிப்புகளைச் செய்துவிட்டுக் காலைக் கடன்களை முடித்தான். காபியைக் கலந்து எடுத்துக்கொண்டு ஹாலில்

அமர்ந்து டி.வியைப் போட்டான். முதலில் செய்தி சேனல்களை வரிசையாக நோட்டமிட்டான். பிரேக்கிங் நியூஸ், ஹாட் நியூஸ், டாப் நியூஸ் என்று நாமகரணம் சூடப்பட்டுச் சிறு சிறு மாற்றங்களுடன் எல்லா சேனல்களிலும் ஒரே செய்திகள் பரபரப்பாக ஒளிபரப்பப்பட்டுக்கொண்டிருந்தன. 24 மணிநேரமும் பாடல் சேவைகளை வழங்கும் சேனல்களுக்குத் தாவினான். ஏதோ ஒரு பாட்டில் கண்கள் லயிக்க, அதைப் பார்த்தபடி காபியைப் பருக ஆரம்பித்தான்.

நேற்றைய இரவின் நினைவுகள் மனதில் இன்னமும் மென்மையான அதிர்வுகளை ஏற்படுத்திக்கொண்டிருந்தன. சாம்பசிவன் தொலைக்காட்சியை அணைத்தான். காபி தம்ளரைச் சமையலறையில் வைத்துவிட்டுப் படுக்கையறைக்குள் நுழைந்தான். தூங்கிக்கொண்டிருந்தவர்களைச் சிறிதுநேரம் கண்கொட்டாமல் பார்த்துக்கொண்டிருந்தான். பார்க்கப் பார்க்கத் துக்கம் அதிகரித்தது. எத்தனையோ முறை பார்த்த காட்சிதான் அது. ஆனால் இன்று துக்கம் வருகிறது. மெதுவாகக் கதவைச் சாத்திவிட்டு ஜன்னலருகே வந்து மரக்கிளைகளினூடே தெரிந்த வானத்தில் பார்வையைச் செலுத்தினான். மரம் புதிதாகத் தெரிந்தது. வானமும் புதிதாகத் தெரிந்தது.

குழந்தைகள் நிம்மதியாகத் தூங்குவதைப் பார்க்கும்போது எனக்கு ஏன் அழுகை வருகிறது? தூக்கு மேடைக்குச் செல்லும் கைதியைப் போல அல்லது தற்கொலை செய்துகொள்ளப் போகிறவன் போல ஏன் நடந்துகொள்கிறேன்? மரணம் அடுத்த நிமிடம்கூட நிகழக்கூடியதுதான். ஆனால் அடுத்த நிமிடமே நிகழ்ந்துவிடும் என்று ஒவ்வொரு நிமிடமும் ஏன் நினைக்க வேண்டும்? நான் ஏன் ஓயாமல் மரணத்தைப் பற்றி நினைத்துக்கொண்டிருக்கிறேன்? உண்மையில் நான் வாழ்ந்துகொண்டிருக்கிறேனா அல்லது செத்துக்கொண்டிருக்கிறேனா?

வாழ்வும் சாவும் ஒரே நேரத்தில் நிகழ்ந்து கொண்டிருப்பதாகப் பட்டது சாம்பசிவனுக்கு. மரணம் நிச்சயம். வாழ்வு நிச்சயமல்ல. ஆனால் இந்த வாழ்வுதான் எனக்குத் தெரியும். என் வாழ்வு, என்னைச் சுற்றியுள்ள பலரது வாழ்வுகள். இந்த வாழ்வுகளில் பிறக்கும் செயல்பாடுகளில் முளைக்கும் உறவுகள், இயக்கங்கள், பொருள்கள். இவை அனைத்தும் சேர்ந்து உருவாகும் உலகங்கள். அன்றாடம் நிகழ்ந்துவரும் மரணங்களை மறுத்துத் துடிப்புடன் இயங்கிவரும் உலகங்கள். தொடர்ந்து உயிர்களைத் துறந்தாலும் புதிய உயிர்களைத் தரித்துத் தம்மைக் காப்பாற்றிக்கொள்ளும் உலகங்கள். இயக்கங்கள். இவற்றில் உயிர் இல்லையா? இவை மரணத்தை மறுத்துத் திமிறி எழவில்லையா?

எழலாம். ஆனால் வாழ்வு நிரந்தரமல்ல. நிதர்சனம். மரணம் நிதர்சனம் அல்ல. ஆனால் நிச்சயம். நான் என்னுடைய நிச்சயத்தை முன்னிட்டுப் பயணிக்க ஆரம்பித்துவிட்டேன் என்று சாம்பசிவன் சொல்லிக்கொண்டான்.

❍ ❍

அலுவலகத்தில் வேலைக்கு நடுவே சற்று ஆசுவாசம் தேடிய சாம்பசிவன் ஜன்னல் வழியே பார்வையைச் செலுத்தினான். கண்ணாடி ஜன்னலை முட்டிக்கொண்டிருந்த மரத்தின் இலைகளைத் தாண்டி அவன் பார்வை சென்றது. சாலையில் வாகனங்கள் விரைந்துகொண்டிருந்தன. பாதி வாகனங்கள்தாம் கண்ணுக்குத் தெரிகின்றன. மீதியை ஓசைகளின் மூலமாகத்தான் உணர முடிகிறது. சாலையின் மறுபுறத்தில் கட்டிடங்கள். நடைபாதையில் ஒரு தேநீர்க் கடை. அதன் முன் சிறு கூட்டம். நடைபாதையிலும் வாகனங்களிலும் பலவித மனிதர்கள். எல்லாமே புதிய தோற்றமும் அர்த்தமும் தருவதாகத் தோன்றின. சத்தங்கள், முண்டியடித்தபடி திமிறும் கூட்டங்கள், வெளிறிய மரங்கள், வெயிலில் கொதிக்கும் தார்ச் சாலைகள், முடிவே இல்லாமல் விரையும் வண்டிகள், பள்ளிக்கூடச் சத்தங்கள், பிச்சைக்காரர்கள், தேநீர்க் கடையில் உயரத்திலிருந்து விழும் தேநீரின் பாய்ச்சல்கள், அழகின் சுகந்தத்தைச் சூழலில் படர விட்டபடி மிதந்து செல்லும் பெண்கள், அழகு பற்றி யோசிக்கவும் நேரமின்றி ஓடிக்கொண்டிருக்கும் தொழிலாளிகள். பார்த்துப் பார்த்துப் பழகிய காட்சிகள். பழகியும் சலிக்காத காட்சிகள். இன்று இவை புதிய தோற்றம் கொண்டுள்ளன. எல்லா அசைவுகளும் என்னைக் கடந்து போக, எல்லாவற்றையும் பார்த்துக்கொண்டிருக்கிறேன். பார்த்துக்கொண்டிருக்கும் என்னையும் பார்த்துக்கொண்டிருக்கிறேன். தரையில் புரளும் சருகுபோல, காற்றில் கலக்கும் வாசனைபோல, வெளியில் படியும் புழுதிபோல இவை என்மீது கலந்து படிந்து புரண்டு செல்கின்றன. ஆழ்ந்த வியப்புடனும் துக்கத்துடனும் நான் பார்த்துக்கொண்டிருக்கிறேன்.

❍ ❍

மிகுந்த ரசனையோடும் பொறுமையோடும் தன் மீது இயங்கிக்கொண்டிருந்த சாம்பசிவனை பவித்ரா ஆச்சரியமாகப் பார்த்தாள். என்ன ஆச்சு உனக்கு என்றாள். ஏன், பிடிக்கலயா என்றான் சாம்பசிவன். பவித்ரா பதில் சொல்லவில்லை. அவன் செய்துகொண்டிருந்த காரியம் அவளைப் பேசவிடாமல் செய்திருந்தது. அவள் கிறக்கத்தில் ஆழ்ந்துகொண்டிருந்தாள். வாயில் குழறலாகச் சத்தங்கள் வந்துகொண்டிருந்தன. சொல்லு,

பிடிக்கலையா என்றான் சாம்பசிவன் தன் செயலை நிறுத்தாமல். பவித்ரா அவன் தலை முடியைப் பிடித்து இறுக்கினாள். நெடுநேரம்வரை அவள் பேசவில்லை. பரவசம் அடங்கி மனமும் உடலும் ஆசுவாசம் கொண்ட பின் மீண்டும் அதே கேள்வியைக் கேட்டாள். என்ன ஆச்சு உனக்கு?

தன் செயலை அவள் அணு அணுவாக ரசித்துக் கொண்டிருந்ததை அவன் தெளிவாகவே உணர்ந்திருந்தான். பதில் பேசாமல் சிரித்தான். இப்பல்லாம் அடிக்கடி சான்ஸ் ஏற்படுத்திக்கறியே, ஆபீஸ்ல வேல கம்மியா என்றாள். அதெல்லாம் ஒண்ணுமில்ல என்று சொல்லிவிட்டு பாத்ரூக்குப் போனான். சந்தோஷமா இருக்கறதுக்கான சந்தர்ப்பங்கள வீணடிச்சிடக் கூடாது என்றான் பாத்ரூமிலிருந்து எட்டிப் பார்த்து. இவ்வளவு நாள் இது தெரியலயா என்று அவள் கேட்ட கேள்வி குழாயிலிருந்து தண்ணீர் கொட்டும் சத்தத்தில் அமுங்கிப்போனது.

○ ○

மாலை நேரம். அலுவலகத்தில் அமர்ந்து அன்று நடந்ததை யெல்லாம் எழுதிக்கொண்டிருந்தான் சாம்பசிவன். வீட்டில் உட்கார்ந்து எழுதினால் பவித்ரா சந்தேகப்படுவாள் என்பதால் அலுவலகத்திலேயே வேலை எல்லாம் முடிந்த பிறகு தினமும் அரை மணிநேரம் எழுதும் வழக்கத்தை வைத்திருந்தான். செய்த காரியங்கள், செய்ய வேண்டிய காரியங்கள், கோபங்கள் என்று எல்லாவற்றையும் சுருக்கமாக எழுதிக்கொண்டிருந்தான். எல்லாவற்றையும் எழுதிப் பார்க்கும்போது ஏதோ ஒரு தெளிவு கிடைப்பதுபோல் இருக்கிறது.

எழுதும்போது ஒரு விஷயம் அவனுக்கு உறைத்தது. இப்போதெல்லாம் கோபம் குறைந்துகொண்டேவருகிறது. ஏக்கங்கள் அதிகரித்தபடி இருக்கின்றன. அறுபது எழுபது வயதுவரை வாழ்ந்தால் நிறைவேறக்கூடிய ஏக்கங்கள்தான் இவற்றில் பெரும்பாலானவையும். ஆனால் தான் இல்லாத நாளையைக் கற்பனையில் தரிசிக்கப் பழகிவிட்ட அவனுக்கு ஏக்கங்களின் சுமை கூடிக்கொண்டே போயிற்று. ஆனால் ரகசிய ஆசைகளையும் ஏக்கங்களையும் எழுதும் துணிச்சல் இன்னும் வரவில்லை. எழுத முடியாத எல்லா ஆசைகளும் பெண்களையும் பதவிகளையும் சார்ந்தவை என்பதை எண்ணி வியப்படைந்தான். எத்தனை வயதானாலும் இதற்கு முடிவே கிடையாதா என்று நினைத்தான்.

அமைதியும் ஆற்றாமையும் அவன் மனத்தை மாறி மாறி ஆக்கிரமிக்கத் தொடங்கின. மரணம் எப்போது வேண்டுமானாலும்

வரும் என்னும் நிலையில் வாழ்வில் நாம் காப்பாற்றிவைத்திருக்கும் மதிப்பீடுகளுக்கு என்ன அர்த்தம் என்ற எண்ணம் வந்தது. நிலையில்லாத இந்த வாழ்க்கையில் விரும்பியதை அனுபவிப்பதில் என்ன தவறு என்று தோன்றியது. மனம் பரபரப்புடன் சில கணக்குகளைப் போட ஆரம்பித்தது. கணக்குகள் தர்க்கரீதியாக முன்னேறிக்கொண்டிருக்கும்போதே மாட்டிக்கொண்டால் என்ன செய்வது என்ற எண்ணம் அணை போட்டது. இத்தனை நாள் காப்பாற்றி வைத்த பெயர் சிதைந்துவிடும். இந்தப் பெயரும் இல்லையென்றால் பிறகு எனக்கு எதுதான் மிஞ்சும்? ஏக்கத்தைச் சுமந்துகொண்டு வாழலாம் அல்லது சாகலாம். களங்கத்தைச் சுமந்துகொண்டு வாழ முடியாது. சாகவும் முடியாது.

பெருமூச்சு ஒன்று சாம்பசிவனிடமிருந்து வெளிப்பட்டது.

❍ ❍

அழைப்பு மணியின் சத்தம் கேட்டு சாம்பசிவன் கதவைத் திறந்தான். ஞாயிற்றுக்கிழமை ஆதலால் நான்கைந்து தினசரிகள் வந்திருந்தன. தாள்களையெல்லாம் ஒதுக்கிவைத்துவிட்டு எழுந்திருப்பதற்கு நேரம் ஆகிவிட்டது. பவித்ரா வேறு உள்ளே அனுவுடன் பேசிக்கொண்டிருக்கிறாள். பழைய வீட்டில் பக்கத்து வீட்டில் இருந்த பெண். திடீரென்று வந்திருக்கிறாள். அவளோடு பேசும் சுவாரஸ்யத்தில் பவித்ராவுக்கு மணியோசை காதில் விழுந்திருக்காது. தவிர, கதவருகே அமர்ந்து படித்துக் கொண்டிருக்கும் சாம்பசிவன் திறப்பான் என்று அவள் கண்டுகொள்ள மாட்டாள்.

அதற்குள் மூன்று முறை மணி அடிக்கப்பட்டுவிட்டது சாம்பசிவன் எரிச்சலுடன் கதவைத் திறந்தான். குடியிருப்பின் காவலாளி நின்றிருந்தார். அவரைப் பார்த்ததும் எரிச்சல் அதிகமாயிற்று. என்ன என்று சற்று அதட்டலாகக் கேட்டான். உங்க ஊட்டுக்கு வந்துகுதே ஒரு பொண்ணு, அது ஸ்கூட்டர வாசல்ல வெச்சிட்டுப் போயிடிச்சி சார். பயங்கர டிராபிக் ஜாம். வெக்கும்போதே சொன்னே(ன்). தோ வந்துருவேன்னு போயிடிச்சி. இப்புடிதா(ன்) சார் எல்லாருமே . . . தோ வரேன்றாங்க ஆனா ரொம்ப நேரம் கயிச்சிதான் வராங்க . . . வண்டிய எடுக்க சொல்லுங்க சார் என்று வேகமாகப் பேசினார் காவலாளி.

சாம்பசிவனின் எரிச்சல் இப்போது அனுவின் மீது திரும்பியது. உள்ளே சென்றான். அனு, உன்னோட வண்டிய சீக்கிரம் போய் எடு. வழில நிறுத்திட்டு வந்துருக்க. பெரிய டிராஃபிக் ஜாம் என்றான் சாம்பசிவன். ஸாரி, ஸாரி என்றபடி ஓடினாள் அனு.

சாம்பசிவன் முகத்தில் கோபம் இருப்பதைப் பார்த்த பவித்ரா, ஒரு புக்கு குடுக்க வந்தா. நான்தான் ஏதோ கேட்டேன். அப்படியே டயம் ஆயிடிச்சி என்றாள். டயம் ஆகறது பிரச்சினை இல்ல. வண்டிய வழில நிறுத்திட்டு வர்றதுதான் பிரச்சினை என்றான் சாம்பசிவன். ஓடனே போயிடலாம்னுதான் வந்தா... என்று இழுத்தாள் பவித்ரா. எப்படியும் வழில நிறுத்தறது தப்பு. அனுன்னு இல்ல, எல்லாரும் இப்படிதான் பண்றாங்க. செக்யூரிட்டி சொன்னா மதிக்கறது இல்ல என்றான் சாம்பசிவன். அவன் குரலில் கோபத்தைவிடச் சலிப்பு அதிகம் இருந்ததைக் கவனித்த பவித்ரா பேசாமல் இருந்தாள்.

தோ வந்துடறேன்னு எந்த தைரியத்தில் சொல்றாங்க? அடுத்த நிமிஷம் என்ன நடக்கும்னு யாருக்குத் தெரியும் என்று சாம்பசிவன் மெதுவாகச் சொன்னான். கிட்டத்தட்டத் தனக்குள் முணுமுணுத்துக்கொள்வதுபோலச் சொன்னான். பவித்ராவுக்கு அவன் சொன்னது சரியாகக் காதில் விழவில்லை. என்ன சொன்னீங்க என்று கேட்டாள். அடுத்த நிமிஷம் என்ன நடக்கும்னு நமக்குத் தெரியாது. அப்படி இருக்கும்போது இதோ வந்துடறேன், நாளைக்குப் பண்ணிடறேன்னு சொல்றதெல்லாம் அதிகப்பிரசங்கித்தனமா படுது என்றான்.

பவித்ரா அவன் முன் வந்து அவன் முகத்தை நேராகப் பார்த்தாள்.

என்ன சொல்ற நீ? நாளைக்கு உங்க வீட்டுக்கு வரேன்னு சொல்றதில்லையா? சனிக்கிழமை சினிமாவுக்குப் போகலாம்னு பேசறதில்லையா?

சொல்லத்தான் செய்யறோம். ஆனா அதெல்லாம் நடக்கும்னு எந்த உத்தரவாதமும் கிடையாதுனு ஞாபகம் வெச்சிக்கணும். நாம சொல்றபடி நடக்காட்டா என்ன ஆகும்னு யோசிச்சி பேசணும். தெருவில வண்டிய நிறுத்திட்டு தோ வந்துடறேன்னு சொல்றாங்க, அப்படி வர முடியாம போகும்ன்றத மறந்துறக் கூடாது. அதுனால மத்தவங்களுக்கு என்ன பிரச்னன்னு யோசிச்சிப் பாக்கணும்.

சாமியார் மாதிரி பேசறயே?

அடுத்த நிமிஷம் என்ன நடக்கும்னு நமக்குத் தெரியாதுன்னு சொல்ல ஒருத்தர் சாமியாரா இருக்க வேண்டியதில்ல.

பவித்ரா தோள்களைக் குலுக்கினாள்.

O O

பால்கனியில் அமர்ந்து தெருவை வேடிக்கை பார்த்துக் கொண்டிருந்தான் சாம்பசிவன். எல்லோரும் தன்னை விசித்திரமாகப் பார்க்கிறார்களோ என்ற சந்தேகம் அவனுக்கு ஏற்பட ஆரம்பித்தது. படுத்த படுக்கையாக இருக்கும் நோயாளி யிடம் பழகுவதுபோல அன்பு காட்டுகிறார்கள். சாவதற்குத் தயாராகிக்கொண்டிருப்பதால் யாரிடமும் கோபப்பட வேண்டாம் என்று தான் எடுத்த முடிவு போலவே தன்னைப் பற்றி எல்லோரும் சேர்ந்து ஏதாவது முடிவெடுத்துவிட்டார்களோ என்று தோன்ற ஆரம்பித்தது. பரவாயில்லை சார், நான் பாத்துக்கறேன் சாம்பசிவன் என்ற வார்த்தைகள் இப்போதெல்லாம் அடிக்கடி கேட்க ஆரம்பித்திருப்பதாக அவனுக்குத் தோன்றியது. பவித்ராகூட இப்போதெல்லாம் அதிகமாக முகத்தைச் சுளிப்பதில்லை என்று தோன்றியது. தன் முகத்தில் சாவுக் களை வந்துவிட்டதோ என்று கவலைப்பட ஆரம்பித்தான் சாம்பசிவன். குழந்தைகள் மட்டும் எந்த வித்தியாசமும் இல்லாமல் பழகுவது ஒன்றுதான் இயல்பானதாகவும் ஆறுதலளிப்பதாகவும் அவனுக்கு இருந்தது.

சாம்பசிவனின் கவனத்தைக் கீழேயிருந்து வந்த சத்தம் கலைத்தது. நேரம் செல்லச் செல்லச் சத்தம் பெரிதாயிற்று. கீழே போகலாமா என்று யோசிப்பதற்குள் சத்தம் குறைய ஆரம்பித்தது. பவித்ரா மேலே ஏறி வருவதைப் பார்த்தான்.

என்ன கீழ ஒரே சத்தம்?

ராஜு கடன் வாங்கியிருந்தாராம். அதைத் திருப்பித் தரலன்னு பிரச்சின. இவருக்கு அவங்க மாமா வீட்டுலேந்து பணம் வரணுமாம். அங்க ஒரு டெத்தாம். அதனால அவரால சொன்னபடி தர முடியல. கடன்காரன் அதையெல்லாம் கேக்கத் தயாராயில்ல.

என்ன சொல்றானாம்?

டெத்து கித்துன்னுல்லாம் என் கிட்ட பேசாத. வாங்கும்போது மாமா வீட்ல டெத்து இருந்தா தர மாட்டேன்னு சொல்லியா வாங்கினன்னு கேக்கறான். என்னய்யா இது, டெத்து எப்ப வரும்னு யாருக்குத் தெரியும்னு இவன் கேட்டுருக்கான். இந்த ஞாயமெல்லாம் எங்கிட்ட பேசாத, சனிக்கிழமைக்குள்ள பணத்த செட்டில் பண்ணுன்னு அவன் கத்தினான்.

சாம்பசிவன் மேற்கொண்டு எதுவும் கேட்கவில்லை.

❍ ❍

இணையதளத்தில் செய்தி வலையகம் ஒன்றைப் பார்த்துக்கொண்டிருந்தான் சாம்பசிவன். ஊட்டி அருகே

மலைச்சரிவு. 10 பேர் சாவு என்ற செய்தியைக் காலையில் கேள்விப்பட்டதிலிருந்து அடிக்கடி இப்படிப் பார்த்துக் கொண்டிருந்தான். ஆண்டுதோறும் நடப்பதுதான். ஆனாலும் இப்போது அதை அவனால் எளிதாக எடுத்துக்கொள்ள முடியவில்லை.

சாம்பசிவன் கணிப்பொறியை அணைத்தான். கழிவறைக்குச் சென்று முகம் கழுவிக்கொண்டான். சிற்றுண்டி மூலைக்குச் சென்று ஒரு பஃப்பும் ஒரு கோப்பையில் காபியையும் எடுத்துக் கொண்டான். லேப்டாப்பில் ஏதோ ஒரு கோப்பு பதிவிறக்கம் ஆகிக்கொண்டிருந்தது நினைவுக்கு வந்தது. சட்டென்று தன் இருக்கைக்கு வந்து அது எந்த நிலையில் இருக்கிறது என்று பார்த்தான். லேப்டாப் சார்ஜ் இல்லாமல் அணைந்துபோயிருந்தது. சார்ஜரை வீட்டிலேயே வைத்துவிட்டு வந்தது நினைவுக்கு வந்ததும் சட்டென்று மனம் சோர்வடைந்தது. எவ்வளவோ திட்டமிட்டுச் செயல்புரிந்தும் அடிப்படையான விஷயங்கள் எப்படி மறந்துபோகின்றன என்பது புரியவில்லை. வெட்கமாக இருந்தது. இப்போது என்ன செய்வது? இங்கே பதிவிறக்கம் செய்துவிட்டு வீட்டுக்குப் போய் வேலையை முடிப்பதாகத் திட்டம். வீட்டிலேயே எல்லாவற்றையும் செய்துகொள்ள வேண்டியதுதான்.

கிளம்புவதற்கு முன் புராஜக்ட் மேனேஜர் ராஜா மாணிக்கத்தைத் தொலைபேசியில் அழைத்துப் பேசினான். நடந்ததைச் சொன்னான். அவர் பரவாயில்லப்பா என்றார். இது ஒண்ணும் பெரிய விஷயம் இல்ல. இதுக்காகக் கஷ்டப்படாத என்றார். நாளைக்குப் பாத்துக்கலாம் என்றார். நாளைக்கு என்ற சொல்லைக் கேட்டதும் சாம்பசிவன் முகத்தில் தன்னிச்சையாக ஒரு புன்னகை அரும்பியது.

இல்ல சார். கூடிய வரைக்கும் இன்னிக்கே முடிச்சிடப் பாக்கறேன் சார் என்றான்.

சரி, உன் சௌகரியம் என்றார் ராஜா மாணிக்கம்.

சாம்பசிவன் கிளம்பினான். சலாம் செய்த செக்யூரிட்டி, லிஃப்ட் இயக்குநர், கட்டிடக் காவலாளி அனைவரையும் முகத்தைப் பார்த்துப் புன்னகைத்து, இலேசாகத் தலை தாழ்த்தி அவர்களது வணக்கங்களை ஏற்றுக்கொண்டான். வண்டியைக் கிளப்பும்போது அலுவலகக் கட்டிடத்தை ஒருமுறை நிமிர்ந்து பார்த்துவிட்டுப் புறப்பட்டான்.

உயிரெழுத்து, 2010

குமிழி

சுமார் இருபத்தைந்து ஆண்டுகள் கழித்து ஒரு கேள்விக்குப் பதில் கிடைத்தால் எப்படி இருக்கும்? இன்று எனக்கு நேர்ந்த அனுபவம் அப்படிப்பட்டதுதான். சர்வ நிச்சயமாக இதையே பதிலாக எடுத்துக்கொள்ள முடியுமா என்று கேட்டீர்களானால் என்னால் தெளிவாகப் பதில் சொல்ல முடியாது. நான் சொல்லும் விவரங்களை வைத்து நீங்களே முடிவுசெய்துகொள்ளலாம்.

என் பெயர் ஹயக்ரீவன். வயது 49. கல்யாணமாகி மூன்று குழந்தைகள் உள்ளன. நிறைவான திருமண வாழ்க்கை. குழந்தைகள் நன்றாகப் படிக்கிறார்கள். தேவைக்கு அதிகமாகவே சம்பளம். சாதாரண குமாஸ்தாவாக வாழ்க்கையைத் தொடங்கி அரசுப் பணிகளுக்கான தேர்வுகள் எழுதி மெல்ல முன்னேறி, காலத்துக்கேற்பக் கண்டதையும் படித்து, இந்தியாவின் பல ஊர்களிலும் வேலை பார்த்துக் கடைசியில் நான் பிறந்த சென்னை மண்ணிலேயே பெரிய வேலையில் உட்கார்ந்துவிட்டேன். நான் சொல்லவந்தது இவை எதையும் பற்றி அல்ல. ஸ்ரீமதியைப் பற்றி.

என்றும் மறக்க முடியாத இளம் பருவத்துக் காதல் அது. மீசை அரும்பு முன் அரும்பிய மென் காதல். மார்கழி மாதத்துக் காலை நேரத்தின் குளிர்ச்சி போன்ற உணர்வு அது. அவளைப் பார்க்கும்போதெல்லாம் காதோரங்கள் குறுகுறுக்கும். மனம் குளிரில் நடுங்கும் புறாபோலப் படபட வென்று அடித்துக்கொள்ளும். அடி வயிறு சில்லிடும்.

என்னைப் பார்த்ததும் அவள் வட்ட வடிவ முகத்தில் மலர்ச்சியான ஒரு சிரிப்பு. அண்ணா வெளீல போயிருக்கான். ஒக்காருங்கோ, இதோ வந்துடுவான் என்ற உபசரிப்பு. வீணை நாதம் போன்ற குரல். அப்போது எனக்கு 19 வயது. அவளுக்கு 15 இருக்கும். பாவாடை சட்டை அணிந்துகொண்டிருந்தாள். இவள் ஏன் என்னை போங்கோ வாங்கோ என்று கூப்பிடுகிறாள் என்று எனக்கு ஆச்சரியமாக இருக்கும். இப்போது நினைத்துப் பார்க்கையில் ஆச்சரியமாக இல்லை. அவர்கள் வீட்டுக்கு நான் அதிகம் போக மாட்டேன். போனாலும் அவள் அண்ணனுடன் தான் பேசுவேன். அவள் பள்ளிக்கூடத்துக்குப் போகும்போது, குடத்தைத் தூக்கிக்கொண்டு போகும்போது, கோலம் போடும்போது என்று ஒருசில முறைகள்தான் பார்த்திருக்கிறேன். எனக்கு மீசைதான் முளைக்கவில்லையே தவிர நெடு நெடுவென்று உயரமாகவும் உடற்பயிற்சி செய்ததால் கிடைத்த வலுவான உடலமைப்புடனும் இருப்பேன். எனக்கு அப்போதெல்லாம் சிரிக்கவே தெரியாது. எனவே அவள் என்னை மரியாதையாகக் கூப்பிட்டதில் ஆச்சரியம் இல்லை.

அவள் குரல் என் காதுகளில் ஒலித்துக்கொண்டிருந்தது. திரும்ப வந்தால் குடிக்கத் தண்ணீர் கேட்கலாம் என்று நினைத்தேன். இன்று ஸ்கூல் இல்லையா என்றும் கேட்க வேண்டும் என்று நினைத்துக்கொண்டேன். அப்படிக் கேட்டால் இன்னும் ஓரிரு நிமிடங்கள் என் எதிரில் நிற்பாள் அல்லவா? அவள் வரும்போது ஒழுங்காகப் பேச வேண்டும் என்று நினைத்துக்கொண்டேன். தடுமாறக் கூடாது. அப்புறம் அவளுக்கு என் மேல் மதிப்பே வராது. மனம் ஒத்திகை பார்க்க ஆரம்பித்தது. தேர்த்தம் வேணும் என்று சொல்லிக்கொண்டேன். அவள் புன்னகைக்கிறாள். இதோ எடுத்துண்டு வரேன் என்று சொல்லிவிட்டுப் போகிறாள். தண்ணீர் கொண்டுவருகிறாள். நான் குடித்து முடித்ததும் சொம்பை வாங்கிக்கொண்டு போவதற்காக நிற்கிறாள். இன்னிக்கு ஸ்கூல் இல்லியா என்று கேட்கிறேன். அம்மாக்கு ஒடம்பு சரியில்ல, அதனால லீவு போட்டுட்டேன் என்கிறாள். ஓ ஒனக்கு சமைக்க எல்லாம் தெரியுமா என்கிறேன். அவள் வெட்கத்துடன் சிரிக்கிறாள். முகம் மலர்கிறது. நானும் சிரிக்க முயல்கிறேன். எப்படா வந்த என்று கேட்டபடி ஸ்ரீவத்ஸன் வந்தான். அப்பவே வந்துட்டேன்டா என்று சொன்னபடி சுதாரித்துக்கொண்டேன்.

இந்தச் சந்திப்புக்குப் பிறகு அவளை அடிக்கடி பார்க்க வேண்டும் என்று தோன்றியது. ஏதாவது சாக்கு வைத்து ஸ்ரீவத்ஸன் வீட்டுக்குப் போவேன். சில சமயம் அவளுடன் பேச வாய்ப்புக் கிடைத்தது. ஸ்ரீவத்ஸன் வீட்டில் எல்லோரும்

என்னுடன் நன்றாகப் பழகினார்கள். அவன் அப்பா சப்தரிஷிக்கு அதிகம் பேசும் பழக்கம். என்னிடம் ஒரு நாள் வைஷ்ணவம் பற்றி ஏதோ பேச ஆரம்பித்தார். நானும் ஸ்ரீமதி வீட்டுக்குள் இருக்கிறாள் என்பதால், அவளைப் பார்க்கும் சந்தர்ப்பம் கிடைக்கும் என்பதால், அவர் பேசுவதை ஆர்வமாகக் கேட்டுக் கொண்டிருந்தேன். ஆர்வத்தை நிரூபிப்பதற்காக நடு நடுவே கேள்விகள் கேட்டுக்கொண்டிருந்தேன். அன்று வைகுண்ட ஏகாதசி. முடவனுக்கு மோட்சம் தந்த பெருமாளின் கருணையைச் சொல்லிக்கொண்டிருந்தார். கதை நன்றாகத்தான் இருந்தது. ஸ்ரீமதியைத்தான் பார்க்கவே முடியவில்லை.

ஒரு புத்தகத்தை எடுப்பதற்காக நடுவில் அவர் எழுந்து போனார். நான் துணிச்சலை வரவழைத்துக்கொண்டு எழுந்து உள் அறையின் பக்கம் போய்ச் சற்றே தலையைச் சாய்த்து எட்டிப் பார்த்தேன். குடிக்கத் தண்ணீர் கேட்க வேண்டும் என்பது திட்டம். அவள் ஜன்னலோரம் சுவரில் சாய்ந்தபடி காலை நீட்டிக்கொண்டு மடியில் ஒரு புத்தகத்தை வைத்துக்கொண்டு படித்துக்கொண்டிருந்ததைப் பார்த்ததும் எனக்கு ஒரு கணம் மூச்சு நின்றது. அந்த அறையில் அதிக வெளிச்சம் இல்லை. அவள் உட்கார்ந்திருந்த இடத்தருகே ஜன்னல் இருந்ததால் அவள் மீது மட்டும் வெளிச்சம் விழுந்து அவள் உடல் ஜொலித்தது. அவளது பக்கவாட்டுத் தோற்றம் செதுக்கிவைத்தது போன்ற அவள் அழகைக் கூட்டியது. கோவில் தூணில் பார்த்திருக்கும் கம்பீரமான பெண்ணின் அழகிய சிலை நினைவுக்கு வந்தது. சலனம் கேட்டுத் திரும்பினாள். பதற்றமில்லாத மெல்லிய அசைவு. காலை நேரத்துக் காற்றில் ஆடும் செடிபோல. முகத்தில் புன்னகை. எனக்குப் பேச்சே வரவில்லை. எப்படியோ சமாளித்துக்கொண்டு தேர்த்தம் வேண்டும் என்றேன். கொலுசுச் சத்தம் சலசலக்க, பாவாடை சரசரக்க ஸ்ரீமதி உள்ளே சென்றாள். சொம்புடன் வந்தாள். கவனமாக வாங்கிக்கொண்டேன். தடுமாற்றத்தில் கொட்டிவிடுவேனோ என்று பயம். குடித்துவிட்டுச் சொம்பைத் தரும்போது கையில் பட்டுவிடக் கூடாது என்று கவனமாக இருந்தேன். சாக்குக் கிடைத்தால் தொட்டுப் பார்க்கும் கயவனாக என்னை அவள் நினைத்துவிட்டால் என்ன செய்வது? போதுமா என்றாள். ம்... என்றபடி தலையாட்டினேன். ஒரு புன்னகையைச் சிந்திவிட்டுப் போனாள். அந்தப் புன்னகை என் கண்களில் இன்னும் நிற்கிறது.

இப்படிச் சின்னச் சின்னச் சந்திப்புகள். நான் அவளைக் காதலிக்கிறேனா என்று எனக்குத் தெரியவில்லை. பார்க்காதபோது மனம் தவிப்பதை வைத்துப் பார்த்தால் அதுதான் என்று தோன்றியது. ஆனால் அதிகம் பார்க்கவோ பழகவோ சந்தர்ப்பம்

கடைசியாக ஒரு முறை

அமையாதபடி ஆகிவிட்டது. அவர்கள் பல்லாவரத்தில் வீடு கட்டிக்கொண்டு போய்விட்டார்கள். ஸ்ரீவத்ஸன் எம்.எஸ்.சி. சேர்ந்துவிட்டான். நான் பி.எஸ்.சி. முடித்ததும் வேலை தேட ஆரம்பித்துவிட்டேன். அரசுத் தேர்வுகள் எல்லாவற்றையும் கர்ம சிரத்தையாக எழுதினேன். அப்பாவின் நண்பரான ஆடிட்டரிடம் பகுதி நேர வேலைக்குப் போனேன். நிறைய வேலைகளுக்கு விண்ணப்பித்தேன். கடைசியில் தாம்பரத்தில் ஸ்வஸ்திக் டிரக்ஸ் என்னும் நிறுவனத்தில் வேலை கிடைத்தது. சம்பளம் 200 ரூபாய் என்றால் உங்களுக்குச் சிரிப்பு வரும். அதுவும் நீங்கள் 1970களுக்குப் பின் பிறந்தவர் என்றால். பாரதிராஜாவின் கிழக்கே போகும் ரயில் வெளியான சமயம் அது. அப்போதெல்லாம் 200 ரூபாய்க்கு மதிப்பு இருந்தது. டீ 15 பைசா. தியேட்டரில் அதிக பட்ச டிக்கெட் 2.90 ரூபாய். பத்துப் பைசாவுக்கு வேர்க்கடலை வாங்கினால் ரயில்வே ஸ்டேஷனிலிருந்து 2 கிலோமீட்டர் தூரத்தில் இருந்த எங்கள் வீட்டுக்கு வருவது வரையிலும் கொறித்துக்கொண்டே வரலாம்.

தினமும் சேத்துப்பட்டிலிருந்து தாம்பரம் போக வேண்டும். வீட்டுக்கு வந்ததும் அரசுத் தேர்வுகளுக்கான பாடங்களைப் படிக்க வேண்டும். ராத்திரி பத்து மணிக்குக் கிளம்பிப் பக்கத்துத் தெருவில் தண்ணீர் பிடித்துக்கொண்டு வர வேண்டும். இந்த அலைச்சல்களுக்கிடையில் ஸ்ரீமதி பற்றிய நினைப்பே வரவில்லை. படுத்ததும் தூக்கம் வந்துவிடும். சீக்கிரமே ஒரு நல்ல வேலை கிடைக்க வேண்டும் என்பதுதான் என் கனவு.

இரண்டு வருடங்கள் ஓடின. ஸ்ரீவத்ஸன் படிப்பை முடித்துவிட்டு பெங்களூர் போய்விட்டான். அங்கிருந்து ஒரு முறை கடிதம் போட்டான். நான் பதில் போடவில்லை. எக்கச்சக்கமான தேர்வுகள் எழுதிவந்த எனக்கு குரோம்பேட்டையில் ஒரு கூட்டுறவு வங்கியில் வேலை கிடைத்தது. வேலைக்கான ஆர்டர் வந்த அன்று அம்மா பார்த்தசாரதி கோயிலுக்குப் போய் சிறப்புப் பூஜை செய்துவிட்டு வந்தது ஞாபகம் இருக்கிறது. சம்பளம் 800 ரூபாய். ஓயாமல் பேரேடுகளைப் புரட்டிக்கொண்டிருக்கும் வேலை. இப்போதெல்லாம் நோட்டுப் புத்தகம், பேனாவெல்லாம் தேவையில்லாமலேயே எல்லா வேலைகளும் நடக்கின்றன. கையெழுத்துப் போடுவதைத் தவிர எதற்கும் நான் பேனாவைத் தொடுவதில்லை.

குரோம்பேட்டைக்குப் போகும் வழியில் ஒருநாள் பல்லாவரம் ரயில் நிலையத்தில் ஸ்ரீமதியைப் பார்த்தேன். புடவை கட்டியிருந்தாள். கொஞ்சம் உயரமாகியிருந்தாள். அந்த வட்ட முகத்தைப் பார்த்ததும் என் மனம் துள்ளியது. ரயில்

நிற்பதற்குள் அவளை நான் பார்த்துவிட்டேன். நான் இறங்கி அவள் இருக்கும் இடத்துக்குப் போவதற்குள் அவள் ரயிலில் ஏறிவிட்டாள். பெண்கள் பெட்டிக்குப் பக்கத்துப் பெட்டியில் ஏறிக்கொண்டேன். அடுத்த ஸ்டேஷனில் நான் இறங்க வேண்டும். ரயில் நிற்பதற்குள் இறங்கினேன். அவள் இறங்குகிறாளா என்று பார்த்தேன். இல்லை.

அடுத்து சானடோரியம் ஸ்டேஷனிலும் அவள் இறங்க வில்லை. தாம்பரம் ஸ்டேஷனில் இறங்கினாள். என்னைப் பார்க்கவில்லை. எனக்கு அவளைப் பார்க்கப் படபடப்பாக இருந்தது. அவள் பின்னால் நடந்தேன். அவளுடன் அதிகம் பேசிப் பழக்கமில்லை என்றாலும் தெரிந்த பெண் என்ற முறையில் பேசுவதில் தவறு இல்லை என்ற தைரியம் வந்தது. கொஞ்சம் பக்கத்தில் போய் ஸ்ரீமதி என்று கூப்பிட்டேன். திரும்பினாள். நான் மயங்கி விழாத குறையாகத் திணறிப்போனேன்.

அவ்வளவு கிட்டத்தில் அவள் முகத்தைப் பார்த்ததில்லை. அந்த அழகை என்னால் தாங்க முடியவில்லை. என்னைப் பார்த்ததும் அவள் முகத்தில் தோன்றிய மலர்ச்சியை என்னால் நம்பவே முடியவில்லை. இத்தனை நாள் இவளைப் பார்க்காமல் இருந்திருக்கிறோமே . . .

“ஏ . . . ஹயக்ரீவன் . . . எப்டி இருக்கேள்?” என்று கேட்ட போது அவள் கண்கள் விரிந்தன. அந்தக் கண்களுக்குள் மிக ஆழமாக உள்ளே போய்க்கொண்டிருந்தேன். பக்கத்தில் கேட்டுக் கொண்டிருந்த இரைச்சல், மக்கள் நடமாட்டம், ஆகியவை என்னை மீட்டெடுத்தன.

“நன்னாத்தான் இருக்கேன். நீ எப்டி இருக்க?”

“ஓ, ஃபைன். என்ன மீசையெல்லாம் வெச்சிண்டிருக்கேள்?”

“ஏன் வெச்சிக்கக் கூடாதா?”

“அப்டி சொல்லல . . .”

“ஓரமா போய் நிக்கலாம் வா” என்றபடி நடந்தேன். கால்கள் தரையிலேயே படாமல் நடப்பது எப்படி என்பதை முதல் முறையாக அன்றுதான் உணர்ந்தேன்.

பின்னாலேயே வந்த ஸ்ரீமதி, “க்ளாஸுக்கு டயமாயிடுத்து. தாம்பரத்துக்கு எதுக்கு வந்திருக்கேள்?” என்று கேட்டாள்.

“க்ரோம்பெட் போறேன். ஒன்னப் பாத்துதான் திரும்ப ஏறிட்டேன்.”

“க்ரோம்பெட்ல என்ன?”

அவள் பேசும்போது அவள் உதடுகள் அசையும் அழகைப் பார்த்துகொண்டே இருந்தேன்.

"அங்கதான் வேலை செய்யறேன். சரி, நீ என்ன கிளாஸுக்குப் போற?"

"டெய்லரிங். சும்மா போரடிச்சுதுன்னு சேந்தேன் . . . டயமாயிடுத்து. நாளைக்குப் பாக்கலாம்." அவள் பேசும்போது மெல்லிய முறுவல் ஒன்று எப்போதும் உடன் வருவதையும் கவனித்தேன். உள்ளூர ஏதோ ஒரு போதை ஏறிக்கொண்டிருந்தது.

கை ஆட்டினாள். நானும் கை ஆட்டினேன். அவள் நடந்து செல்வதையே பார்த்துக்கொண்டிருந்தேன். ரயில் வரும் சத்தம் என் கவனத்தைக் கலைத்தது. மறு நாளைய ரயில் பயணத்திற்காகக் காத்திருக்க ஆரம்பித்தேன்.

அடுத்த நாள் குரோம்பேட்டையில் அவள் காத்திருந்ததைப் பார்த்ததும் ஆச்சரியமாக இருந்தது. கையில் ஒரு டப்பா வைத்திருந்தாள். இருவரும் பெஞ்சில் உட்கார்ந்தோம். டப்பாவை என்னிடம் நீட்டினாள்.

"உங்களைப் பாத்தத அம்மாகிட்ட சொன்னேன். ரொம்ப விசாரிச்சா. இதக் குடுக்கச் சொன்னா."

"என்ன இது?"

"நேத்திக்கு கோகுலாஷ்டமின்னா . . ."

எங்கள் வீட்டிலும் கோகுலாஷ்டமி கொண்டாடினோம். ஆனால் இவளுக்காகக் கொண்டுவர வேண்டுமென்று எனக்குத் தோன்றவில்லையே என்று நினைத்து வெட்கமாக இருந்தது. அது மட்டுமல்ல. நான் இவளைச் சந்தித்ததை வீட்டில் யாரிடமும் சொல்லவில்லை.

"அம்மா எப்டி இருக்கா? அப்பா எப்டி இருக்கா? வைஷ்ணவம் பத்திப் பேசினா அவருக்குப் பொழுது போறதே தெரியாதே . . ."

கலீர் என்று சிரித்தாள். "அப்டியேதான் இருக்கார். இப்போ ரிடயர் ஆயிட்டாரோன்னோ? பக்கத்து வீட்டு மாமாவோட சதா பேச்சுதான். அவருக்கும் உங்கள மாதிரியே ஃபிலாசஃபில இண்ட்ரெஸ்ட்."

எனக்குச் சிரிப்பு வந்தது. எனக்கு ஃபிலாசஃபியில் இண்டரெஸ்ட்!

“ஆனா நீங்க நசிகேதன் மாதிரி கேள்வி கேட்டுண்டே இருப்பேள். அவர் பேசாம கேட்டுண்டிருப்பார்” என்றாள். நசிகேதனுக்குத் தத்துவ விசாரம். எனக்கு வேறு விசாரம்.

இருவரது குடும்பங்கள் பற்றியும் தகவல்களைப் பரிமாறிக் கொண்டோம். ஸ்ரீவத்ஸன் போன வாரம் வந்திருந்தானாம். பெங்களூரில் அவன் அலுவலகத் தொலைபேசி எண்ணை வாங்கிக்கொண்டேன்.

நேரமாகிக்கொண்டிருந்தது. மூன்று ரயில்கள் போய்விட்டன.

“நாளைக்கும் பாக்கலாமா?” என்றேன்.

“நாளைக்கெல்லாம் இவ்ளோ சீக்கிரம் கிளம்பி வர முடியாது. அம்மாவுக்கு முடியல. நாந்தான் எல்லா வேலையும் முடிச்சுட்டு வரேன்.”

“டப்பாவைத் திருப்பித் தரணுமோல்லியோ?”

“அது என்ன பெரிய விஷயம்? ஸ்டேஷன்ல வண்டி நிக்கும்போது குடுத்துட்டுப் போக வேண்டியதுதானே.”

இவள் இவ்வளவெல்லாம் பேசுவாள் என்று நான் கற்பனைகூடச் செய்ததில்லை. பேசும் பொற்சித்திரம் என்ற சொல் ஞாபகத்துக்கு வந்தது. மனம் சிலிர்த்தது.

ரயில் வந்தது. எழுந்துகொண்டோம்.

“வெறும் டப்பாவைக் கொண்டுவராதீங்கோ. ஏதாவது போட்டு கொண்டு வாங்கோ” என்று சொல்லிவிட்டுச் சிரித்தாள்.

நானும் சிரித்தேன்.

அடுத்தடுத்த நாட்களில் அவளைப் பார்க்க முடியவில்லை. டப்பாவில் இனிப்பைப் போட்டு எடுத்துக்கொண்டு போனதுதான் மிச்சம். இருவரும் வரும் நேரம் ஒன்றாகக் கூடிவரவில்லை. இப்போதென்றால் ஆளுக்கு இரண்டு செல்போன்கள். அடுத்தடுத்துக் கூப்பிட்டு, செய்தி அனுப்பி என்ன நடந்தது என்று தெரிந்துகொள்ளலாம். அப்போது அவள் வீட்டிலும் தொலைபேசி இல்லை, என் வீட்டிலும் தொலைபேசி இல்லை. தொலைபேசி கேட்டு விண்ணப்பித்து இரண்டு வருடங்களாகக் காத்திருந்த காலம் அது.

அடுத்த திங்கள்கிழமை சீக்கிரமே போய்த் தாம்பரத்தில் இறங்கிக்கொண்டேன். அன்று அவளைப் பார்த்தேன். நீல நிறப் புடவையில் மிதந்து வந்தாள். நான் அவளைப் பார்ப்பதை அவள் பார்க்கவில்லை என்பதால் சுதந்திரமாகப்

பார்த்துக்கொண்டிருந்தேன். அன்று வெயில் குறைவாகவே இருந்ததாக ஞாபகம். கிட்டே வந்ததும் என்னைப் பார்த்தாள். அதே வியப்பு. அதே சந்தோஷம். டப்பாவை நீட்டினேன். திறந்து பார்த்தாள். பால்கோவாவைப் பார்த்ததும் அவள் முகம் மலர்ந்தது.

“பால்கோவா எனக்குப் புடிக்கும்னு ஒங்களுக்கு எப்படித் தெரியும்?”

நான் பதில் பேசாமல் அவள் கண்களை ஆழமாகப் பார்த்துச் சிரித்தேன். அவள் முகத்தில் வெட்கம் எட்டிப் பார்த்தது.

என் அம்மாவைப் பற்றி, அவள் அப்பாவைப் பற்றி, ஸ்ரீவத்ஸன் பற்றி, பாரதிராஜா படங்கள் பற்றி (அவள் படமெல்லாம் பார்ப்பதில்லையாம்), ராம நவமி கச்சேரி பற்றி என்று பத்து நிமிஷம் பேசிக்கொண்டிருந்தோம். நேரமாகிவிட்டது என்று சொல்லிப் புறப்பட்டாள். போவதற்கு முன் “ஒரு நாள் ஆத்துக்கு வாங்கோ நசிகேதன் . . .” என்றாள்.

நசிகேதன் என்று சொல்லிப் பார்த்துக்கொண்டேன். பரவசம் என்னை ஆட்கொண்டது.

வாரத்துக்கு ஒரு முறையாவது சந்தித்துவிடுவோம். சில சமயம் கொஞ்ச நேரம் பேச்சு. சில சமயம் வெறும் புன்னகைகளின் பரிமாற்றம். இளம் பருவத்தில் நான் மிகவும் மகிழ்ச்சியாக இருந்த நாட்கள் அவை. ரயிலில் ஏறியதும் ஸ்ரீமதியை நினைக்க ஆரம்பித்துவிடுவேன். மனசில் சாரல் அடிக்க ஆரம்பித்துவிடும். குரோம்பேட்டை நெருங்கும்போது தலையை ஒரு முறை வாரிக்கொள்வேன். சட்டை ஒழுங்காக இன் செய்யப்பட்டிருக்கிறதா என்று பார்ப்பேன். அவளைப் பார்க்க முடியாமல் போகும் நாட்களில் மனம் வாடும். பார்க்கும் நாட்களில் துள்ளும். அவளை நான் என்னவாக நினைத்துக் கொண்டிருக்கிறேன் என்று நான் தெளிவாக யோசித்ததே இல்லை. எப்போதும் அவள் அருகில் இருப்பது போன்ற உணர்வு. இருக்க வேண்டும் என்ற ஏக்கம். இதை அவளிடம் எப்படிச் சொல்வது என்ற தயக்கம்.

சில மாதங்கள் அவளைப் பார்க்க முடியவில்லை. பயிற்சிக்காக என்னை எழும்பூர் கிளைக்கு அனுப்பினார்கள். வீட்டிலிருந்து சைக்கிளில் போய்விடும் தூரம்தான். பயிற்சிக்குப் போவதற்கு முன்பு அவளிடம் சொல்லிக்கொள்ள முடியவில்லை. எப்படியோ சந்திப்பு அமையாமல் போய்விட்டது. மூன்று மாதப் பயிற்சி முடிந்த மறு நாள் சீக்கிரமே கிளம்பித் தாம்பரத்தில் இறங்கி அவளுக்காகக் காத்திருந்தேன். அவள் அன்று வரவில்லை.

அன்று நான் அடைந்த துக்கத்தை அதற்கு முன் அடைந்ததில்லை. ரயில் நிலையத்தில் அன்று நிறையப் பெண்கள் தெரிந்தார்கள். எல்லோருமே ஏதோ ஒரு கணத்தில் ஸ்ரீமதிபோலவே தெரிந்தார்கள். யாருக்காகவோ காத்திருந்து, ஏமாந்து, சலித்து, விரக்தி அடைந்த அந்த அனுபவம் எனக்குப் புதிது. ஒரு மணிநேரத்துக்கும் மேல் காத்திருந்து, பிறகு வலியுடன் அலுவலகம் போனேன்.

அலுவலகத்தில் ஒரு எண்ணம் உதித்தது. ஸ்ரீவத்ஸன் தொலைபேசி எண்ணைத் தேடி எடுத்தேன். வெளியே வந்து போன் செய்தேன். அவன் இருக்கையில் இல்லை என்றார்கள். என் அலுவலக எண்ணைக் கொடுத்துவிட்டு வந்தேன்.

மாலை வீடு திரும்பும்போது மீண்டும் முயற்சி செய்தேன். இப்போதும் அவன் இல்லை. பல்லாவரத்தில் அவர்கள் வீடு எங்கே என்று கேட்டுக்கொள்ளாமல்போனோமே என்று நினைத்து வருந்தினேன்.

மூன்று நாள் கழித்து ஸ்ரீவத்ஸன் கூப்பிட்டான் லீவில் இருந்தானாம். அன்போடு குசலம் விசாரித்தான். என்ன வேலை செய்கிறாய் என்று கேட்டான். சம்பளம் எவ்வளவு என்றான். பெங்களூருக்கு வந்தால் நல்ல வேலை வாங்கித் தருகிறேன் என்றான். "ஆத்திலே எல்லாரும் எப்படிடா இருக்காங்க" என்று கேட்டேன். எல்லாரைப் பற்றியும் சொன்னான். "உன் தங்கை வேலைக்குப் போறாளா" என்று தைரியத்தை வரவழைத்துக் கொண்டு கேட்டேன்.

"இல்லடா. அவளுக்கு மாப்பிள்ளை பாத்துண்டிருக்கோம்" என்றான். ஒரு கணம் என் மூச்சு நின்றது.

எப்படியோ சமாளித்து, "சரி, மெட்ராசுக்கு வந்தா எங்க ஆத்துக்கு வாடா" என்றேன். என் குரல் எனக்கே அசிங்கமாக ஒலித்தது.

"அட்ரஸ் குடுடா".

சொன்னேன்.

"கண்டிப்பா வரேண்டா. ஸ்ரீமதிக்கு வரன் அமைஞ்சா வர வேண்டியிருக்குமே . . ."

ஒலிவாங்கியை வைத்தேன். கண்கள் இருட்ட ஆரம்பித்தன.

வேலை ஓடவில்லை. திரும்பவும் போன் செய்து அவனிடமே சொல்லிவிடலாமா என்று மனம் அடித்துக்கொண்டது. தைரியம் வரவில்லை. அவன் என்னைக் கேவலமாக நினைத்துவிடுவானோ

என்ற பயம். முதலில் ஸ்ரீமதியிடம் அல்லவா பேச வேண்டும். அதற்குத்தான் வாய்ப்பே கிடைக்கவில்லையே. பேச வேண்டிய நேரத்தில் நான் ஊமையாக இருந்துவிட்டேனோ. ரயிலடியில் அவளைச் சந்திக்க முடியும் என்று நினைத்தது எவ்வளவு தவறாகப் போய்விட்டது. இனி எப்படி அவளைப் பார்ப்பது? வீடு தெரியாது. தெரிந்தாலும் ஸ்ரீவத்ஸன் ஊரில் இருந்தாலாவது அவனைப் பார்க்கும் சாக்கில் வீட்டுக்குப் போகலாம். இப்போது எப்படிப் போவது?

நடைப்பிணமாக அலுவலகம் போய்வர ஆரம்பித்தேன். ரயில் பயணத்தின்போது சோகப் பாடல்கள் எல்லாம் நினைவுக்கு வர ஆரம்பித்தன. குறிப்பாக ஏ.எம். ராஜா, பி.பி. ஸ்ரீநிவாஸ் பாடல்கள். ரயில் பெட்டியின் வாசலில் நின்றிருக்கும் கம்பியில் சாய்ந்துகொண்டு மேலே தொங்கும் கம்பியைப் பிடித்துக்கொண்டு அரைக்கண் மூடிய நிலையில் சிலுசிலுவென்ற காற்று முகத்தில் பட, ‘கோடையில் ஒரு நாள் மழை வரலாம் என் கோலத்தில் இனிமேல் எழில் வருமா’ என்று தொண்டைக்குள் பாடும்போது சோகத்தில் அமிழ்ந்திருப்பதன் சுகம் எனக்கு உறைக்க ஆரம்பித்தது.

ஒருநாள் திடீரென்று ஒரு திட்டம் உதித்தது. தொலைபேசி பூத்துக்குப் போய் ஸ்ரீவத்சனின் எண்ணை அழுத்தினேன். அவன் இருக்கையில் இல்லை. பத்து நிமிடம் ஆகும் என்றார்கள். காத்திருந்து திரும்ப அடித்தேன்.

“எங்கடா ரொம்ப நாளா போனே காணோம்?” என்றான். “நானே கூப்பிடணும்னு நெனச்சிண்டிருந்தேன்.”

எனக்கு பக்கென்றது. கல்யாணம் முடிவாகிவிட்டதோ? “சொல்லுடா” என்றேன்.

“நீ எதுக்கு போன் பண்ணினே, அத மொதல்ல சொல்லு.”

“ஒங்க ஆத்து நம்பர் குடுடா. ஒரு புஸ்தகம் வேணும். அப்பா கிட்ட கேக்கணும்” என்றேன்.

எண்ணைச் சொன்னான். “என்ன புஸ்தகம்டா?”

“திவ்யப் பிரபந்தம். எங்காத்துக்குப் பக்கத்துல ஒரு மாமா சொல்லித் தரார்.”

“இதல்லாம்கூட செய்யறயா?”

“சரி, நீ எதுக்குக் கூப்பிடணும்னு நெனச்சே?”

“ஸ்ரீமதிக்கு ஒரு வரன் அமைஞ்சிருக்கு.”

"ஓ . . . சரி சரி . . ."

அதன் பிறகு என்ன பேசினேன், எப்படி வைத்தேன் என்பதெல்லாம் நினைவில்லை. மனம் கனத்துப்போயிருந்தது. தொலைபேசி எண் வாங்கும் எண்ணம் போன மாதம் தோன்றியிருந்தால் ஒருவேளை அவளைப் பார்த்துப் பேசியிருக்கலாம். இனி ஒன்றும் செய்வதற்கில்லை. அப்படியே அவளிடம் சொல்லி, அதை அவளும் ஒப்புக்கொண்டிருந்தாலும் அவ்வளவு சுலபமாகக் கல்யாணம் பண்ணிக்கொண்டிருந்திருக்க முடியாது. இப்போது இவ்வளவு நன்றாகப் பேசும் ஸ்ரீவத்ஸன் அவன் தங்கையைக் காதலிக்கிறேன் என்று தெரிந்தால் இப்படியே பேசுவானா என்பது சந்தேகம்தான். அவன் வீட்டில் ஒப்புக்கொள்ள வேண்டும். என் வீட்டில் ஒப்புக்கொள்ள வேண்டும். எனக்கு நல்ல வேலை கிடைக்கும்வரை காத்திருக்க வேண்டும். இப்போதே அவளுக்கு 20 வயது ஆகிவிட்டது. அவள் அப்பா இவ்வளவு நாள் தள்ளிப்போட்டதே ஆச்சரியம்.

எல்லாம் சரிதான். ஆனால் அவள் என்னைப் பற்றி என்ன நினைத்துக்கொண்டிருக்கிறாள்? அவளுக்கு என் மீது விருப்பம் இருக்குமா, இருக்காதா? இதைத் தெரிந்துகொள்ள முடியாமல் போய்விட்டது என்பதுதான் என்னால் தாங்கிக்கொள்ள முடியாததாக இருந்தது.

O O

கைவிட்டுப் போனது என்று தெரிந்தாலும் மனசு கேட்கவில்லை. திவ்யப் பிரபந்தத்தைச் சாக்காக வைத்து ஸ்ரீமதியின் வீட்டுக்குப் போனேன். மனம் குளிர்ந்த சிரிப்புடன் என்னை வரவேற்றார். மாமியும் ரொம்ப அன்பாக உபசரித்தார். ஸ்ரீமதியைக் காணவில்லை.

"ஏண்டா இத்தனை நாள் எங்களையெல்லாம் பாக்கணும்னு தோணல்லியா?" என்று கேட்டார் மாமி. நான் நெளிந்தேன்.

"ஸ்ரீமதி சொல்லுவா. ஸ்ரீவத்ஸன்கூட போன் பண்றச்சே சொன்னான். திவ்யப் பிரபந்தமெல்லாம் படிக்கிறயாமே?"

ஸ்ரீமதி என்னைப் பற்றி வீட்டில் பேசியிருக்கிறாளா? என்ன பேசியிருப்பாள்? நான் புன்னகைத்தேன். மாமா உள்ளே போய் புத்தகத்தை எடுத்துவந்தார்.

"இத நீயே வெச்சுக்கோ. எங்கிட்ட இன்னொரு காப்பி இருக்கு."

புத்தகத்தை பயபக்தியுடன் வாங்கிக்கொண்டேன். ஸ்ரீமதி என்ன சொல்லியிருப்பாள்?

கடைசியாக ஒரு முறை

மாமி காபி கொண்டுவந்தார். எனக்குத் தூக்கிக் குடிக்கும் பழக்கம் இல்லை. ஆனால் மாமாவின் முகம் சுருங்கும் என்பதால் கஷ்டப்பட்டுத் தூக்கிக் குடித்தேன். தற்செயலாகக் கேட்பதுபோல "ஸ்ரீமதியை எங்கே காணோம்?" என்றேன்.

"கோவிலுக்குப் போயிருக்கா. வர்ர நாழி ஆயிடுத்து" என்றார் மாமி.

காபி குடித்து முடிக்கும்வரை அவள் வரவில்லை. மாமா என் வீட்டைப் பற்றி, வேலையைப் பற்றி விசாரித்தார். என் கல்யாணத்தைப் பற்றி விசாரித்தார். எனக்கென்ன அவசரம் என்று சிரித்தேன். ஸ்ரீமதி இன்னும் வரவில்லை. மாமா எங்கோ வெளியே கிளம்பத் தயாராகிக்கொண்டிருந்தார். திவ்யப் பிரபந்தத்தைக் கையில் எடுத்ததும் ஏதாவது பேச ஆரம்பிப்பார் என்று நினைத்தது நடக்கவில்லை. "நான் கிளம்பறேன் மாமா" என்றேன்.

"அட்ரஸ் குடுத்துட்டுப் போடா. பத்திரிகை அனுப்பணு மோல்லியோ" என்றார்.

எழுதிக் கொடுத்துவிட்டுக் கிளம்பினேன்.

பக்கத்தில் இருந்த டீக்கடைக்குப் போய் "இங்க பெருமாள் கோயில் எங்க இருக்கு?" என்று கேட்டேன். அந்தத் திசை நோக்கி நடக்க ஆரம்பித்தேன். மாலை நேரக் காற்று பலமாக வீசிக்கொண்டிருந்தது.

ஸ்ரீமதியை வழியிலேயே பார்த்துவிட்டேன். பார்த்ததும் மூச்சடைத்தது. உணர்ச்சிகளைக் காட்டிக்கொள்ளக் கூடாது என்று எச்சரிக்கையாக இருந்தேன். அவள் என்னைப் பார்த்ததும் முகம் மலர்ந்தாள். "எப்ப வந்தேள்?" என்று கேட்டாள். முதலில் இவள் என்னை 'வாங்கோ போங்கோ' என்று சொல்வதை நிறுத்தியிருக்க வேண்டும். அதனால்தான் நெருங்காமலேயே போய்விட்டாள் என்று தோன்றியது. வீட்டுக்கு வந்த விஷயத்தைச் சொன்னேன். "நீ எப்படி இருக்கே?" என்று கேட்டேன். "எனக்கென்ன, நான் நன்னாத்தான் இருக்கேன்" என்றாள்.

ரயில் நிலையம் போவதற்கான சாலையின் திருப்பம் வந்தது. இந்த இடத்தில் நாங்கள் பிரிய வேண்டும். நான் அவளைப் பார்த்து, "இப்பல்லாம் தாம்பரம் வரதில்லையா?" என்று கேட்டேன். "க்ளாஸ் முடிஞ்சிடுத்து" என்றாள். "இப்ப பெரிய டெய்லராயிட்டயோ?" என்று கேட்டேன். இது என்ன அசட்டுக் கேள்வி என்று உடனே தோன்றியது. அவள் சிரித்தாள். பிறகு எதுவும் பேசவில்லை. கல்யாணத்தைப் பற்றி விசாரிக்கலாமா

என்று தோன்றியது. இனி விசாரித்து என்ன ஆகப்போகிறது என்ற எண்ணம் அதை அடக்கியது. என் முகத்தைப் பார்த்தாள். போயிட்டு வரேன் என்று சொல்லப்போகிறாள் என்று பட்டது. சரி என்று சொல்ல நானும் தயாரானேன். அவள் பார்வை என்னை விட்டு விலகி வேறு திசையில் சென்றது. அந்தத் திசையில் என் பார்வையும் தன்னிச்சையாகச் சென்றது. அங்கே ஒரு டீக்கடையின் பெயர்ப் பலகை தெரிந்தது. ஒரு காகம் பறந்துகொண்டிருந்தது. மாலை நிறம் மங்கிக்கொண்டிருந்தது. நான் அவளைப் பார்த்தேன். அவள் தலை குனிந்து பாதங்களை நோக்கியிருந்தது. "எனக்குக் கல்யாணம்" என்றாள். குரல் இயல்பாக இல்லாததுபோல எனக்குப் பட்டது.

"உங்கப்பா சொன்னார். வத்ஸனும் சொன்னான்" என்றேன். அவள் பதில் பேசவில்லை. எனக்கும் பேச்சு வரவில்லை. கணங்கள் மெதுவாக நகர்ந்தன.

"நான் கிளம்பறேன்" என்றாள்.

"சரி" என்றேன். அப்போது அவள் முகத்தைப் பார்த்தேன். அவள் கண்களைப் பார்த்தேன். அதன் பிறகு அவளைப் பார்க்கவில்லை.

எனக்குக் கல்யாணம் என்று சொல்லும்போது அவள் தலை ஏன் குனிந்தது? அது வெட்கத்தால் ஏற்பட்ட குனிவு அல்ல. குரலிலும் வெட்கம் தெரியவில்லை. ஒருவேளை அவளும் என்னை விரும்பியிருப்பாளோ? என்னைப் போலவே தயங்கியிருப்பாளோ? நான் சொல்லியிருந்தால் அவள் சரி என்று சொல்லியிருப்பாளோ? எங்க அண்ணா கிட்ட பேசுங்கோ என்று சொல்லியிருப்பாளோ? அப்படியானால் நான் சொல்லாமலேயே அவளுக்கு ஏன் புரியவில்லை? என் முகத்தில் என் காதல் அந்த அளவுக்கு வெளிப்படையாகத் தெரியவில்லையா? அல்லது அதைப் புரிந்துகொள்ளும் திறன் அவளுக்கு இல்லையா? தெரிந்தும் நான் வெளிப்படையாகச் சொல்ல வேண்டும் என்று எதிர்பார்த்திருந்தாளா? மெதுவாகச் சொல்லிக்கொள்ளலாம் என்றிருந்தபோது அவள் வீட்டில் கல்யாண ஏற்பாடு செய்து அதைத் தட்ட முடியாத நிலையில் சிக்கியிருப்பாளா? சமீபத்தில் அதிகம் சந்திக்க முடியாமல், பேசவும் முடியாமல் போனதால் வந்த விளைவா இது . . . எல்லாம் வெறுமனே என் கற்பனையா . . . அவள் ஏன் தலை குனிந்தாள்?

❍ ❍

சென்னையில் ஆச்சரியங்களுக்குக் குறைவில்லை. ஏ.சி. பஸ்கள் ஓடுகின்றன. விசாலமான மின் ரயில்கள்

ஓடுகின்றன. ரயில்கள் பறக்கவும் செய்கின்றன. சென்னை ரயில், பஸ் எல்லாம் இப்போது உள்ளே எப்படி இருக்கும் என்றே எனக்குத் தெரியாது. சென்னை மாறிவிட்டது. ஆனால் கோயில், கச்சேரி, ஒலிபெருக்கிகள், அதிகாரபூர்வமான சாலைக் குழிகள், போக்குவரத்து நெரிசல் எல்லாம் அப்படியேதான் இருக்கின்றன. வீட்டுக்குப் பக்கத்தில் ஒரு பெருமாள் கோயில். ஒருநாள் மாலை கச்சேரி கேட்கப் போயிருந்தபோது காலட்சேபம் நடந்துகொண்டிருந்தது. "ஆழ்வார்கள் அவதரித்த நாளோர்த் திங்கள்" என்று உபன்யாசகர் கணீரென்று பேசிக்கொண்டிருந்தார். எனக்கு ஸ்ரீமதியின் அப்பா நினைவுக்கு வந்தார். ஸ்ரீமதியின் நினைவும் வந்தது. மலர்ந்த அந்த வட்ட முகமும் நினைவுக்கு வந்தது. கடைசியாகப் பார்த்தபோது அவள் வழக்கம்போலச் சிரிக்கவில்லை என்பது நினைவுக்கு வந்தது. அவள் நினைவு வரும்போதெல்லாம் முளைக்கும் கேள்வி அப்போதும் முளைத்தது. அவள் என்னைப் பற்றி என்ன நினைத்துக்கொண்டிருந்தாள்? தன் கல்யாணத்தைப் பற்றிச் சொல்லும்போது ஏன் தலை கவிழ்ந்துகொண்டாள்?

❍ ❍

பழைய நினைவுகளுக்கு அதிக இடம் கொடுக்காத சென்னையின் அன்றாட நெருக்கடிகளுக்கு இடையில் ஸ்ரீவத்ஸனிடமிருந்து வந்த தொலைபேசி அழைப்பு என்னைக் கலைத்தது. "எங்கடா இருக்கே? எப்படிடா என் நம்பர் கெடச்சுது?" என்று கேட்டேன்.

"ப்ரஸன்னாகிட்டேந்து வாங்கினேண்டா. நீ இப்ப மெட்ராஸ்லதான் இருக்கியாமே . . ." என்றான்.

"நீ எந்த ஊர்ல இருக்க? மெட்ராஸ் எப்பவோ சென்னையா மாறியாச்சுடா . . ."

"அது சரி. நா இப்ப மும்பைல இருக்கேன். என் பையனுக்கு அடுத்த மாசம் 20ஆந் தேதி பூணல். மிதிலாபுரி கல்யாண மண்டபத்துல வெச்சிருக்கேன். கண்டிப்பா வந்துடடா. அட்ரஸ் குடு, இன்விடேஷன் அனுப்பறேன். வொய்ஃப்பையும் கொழந்தைகளையும் கூட்டிண்டு வா. எத்தனை குழந்தைங்க உனக்கு?"

"மூணு. இன்விடேஷன் அனுப்பல்லாம் வாணாம். நான் வந்துடறேன். வேண்ணா மெயில்ல டீடெய்ல்ஸ் அனுப்பு" என்றேன்.

மின்னஞ்சல் முகவரியைக் கொடுத்தேன். ரொம்ப நேரம் பேசிக்கொண்டிருந்தோம். அவனுக்கு ஒரே ஒரு பையன். திருவாழ் மார்பன். அப்பா காலமாகி இரண்டு வருஷம் ஆகிறது. அம்மா

மும்பையில்தான் இருக்கிறாள். ஸ்ரீமதி ஆஸ்திரேலியாவில் இருக்கிறாள். இரண்டு குழந்தைகள். ஒரு பெண், ஒரு பையன்.

"அவ கொழந்தேள் என்ன பண்றா?"

"பொண்ணு லக்ஷ்மி இப்பதான் காலேஜ் முடிச்சிருக்கா. பையன் பேரு நசிகேதன். எம்.பி.ஏ. படிக்கறான்."

அந்த டீக்கடையும் மாலை நேரத்து வானமும் ஒற்றைக் காகமும் பளிச்சென்று என் மனத்தில் தோற்றம் கொண்டன. ஸ்ரீமதி தலையை நிமிர்த்தி என்னைப் பார்த்துச் சிரித்தாள்.

ஆனந்த விகடன், 2010

தனியாக ஒரு வீடு

கும்பகோணம் நிதான கதியில் இயங்கிக் கொண்டிருந்தது. அது விடுமுறை நாளல்ல. என்ன கிழமை என்பது நினைவில்லை என்றாலும் நிச்சயமாக ஞாயிற்றுக்கிழமை அல்ல என்பது நினைவிருக்கிறது. வேலை நாள் ஒன்றிற்கான பரபரப்பு எதுவும் வீதிகளில் தெரியவில்லை. சாலைகளில் மாடுகளைப் பார்க்க முடிந்தது. அவ்வப்போது ஏதேனும் கோயில் கோபுரம் தென்பட்டுக்கொண்டிருந்தது. மக்கள் சாவகாசமாக நடந்து செல்வதைப் பார்க்க என் சென்னைக் கண்ணுக்கு ஆச்சரியமாக இருந்தது. தார்ச் சாலை களுக்கு இடையே மண் சாலைகளும் காணப்பட்டன. கார்களைவிட இரு சக்கர வாகனங்கள் அதிகம் தெரிந்தன. பேருந்துகளின் ஆகிருதி கொஞ்சம் கூடுதலாகவே தெரிந்தது. விசேஷமான அழகு கொண்ட சில பெண்கள் தங்கள் அழகு குறித்த கவனமே இல்லாமல் நடமாடிக்கொண்டிருந்ததை ரசிக்க முடிந்தது.

ஊரிலிருந்து விலகி அகலம் குறுகிய நீண்ட மண் பாதையில் ஆட்டோ ஓடத் தொடங்கியது. சட்டென்று ஓசைகள் குறைந்துவிட்டன. ஆட்டோ ஓடும் ஓசையும் பறவைகளின் ஓசைகளும் காற்றின் ஒலியும் வெளியை நிறைத்திருந்தன. அந்தச் சூழலில் ஆட்டோவின் சத்தம் நாராசமாகத்தான் இருந்தது. நாங்கள் தேடிச் சென்றவரை நேற்றே தொலைபேசியில் அழைத்து எங்கள் வருகையைச் சொல்லும் பொறுப்பை நண்பர் ஏற்றுக்கொண்டிருந்தார். அதை அவர் செய்யவில்லை. அதனால் ஏற்பட்ட

குற்றவுணர்வின் வெளிப்பாடாகச் சில விளக்கங்களைச் சொல்லிக்கொண்டிருந்தார். அவை என் காதுகளில் விழுந்தன. ஆனால் அவற்றை நான் சரியாக உள்வாங்கிக்கொள்ளவில்லை. இரண்டு முறை தொடர்புகொள்ள இவர் முயற்சித்தபோது அவரைப் பிடிக்க முடியவில்லை. காலையில் பதினொரு மணிக்குப் பிறகுதான் அவர் புறப்படுவார் என்பதால் அலட்டிக்கொள்ளாமல் இருந்துவிட்டார். அதுவும் மார்ச் மாதம் என்பதால் வயலுக்குப் போக மாட்டார். அல்லது சீக்கிரம் போக மாட்டார். எப்போதும் இருப்பவர் இன்று இல்லாமல் போய்விட்டார். போகும் காரியம் முக்கியம் என்பதால் கூடுதல் கவனம் எடுத்துக்கொண்டிருக்க வேண்டும் . . . என் தவறுதான் . . .

அது ஒன்றும் பிரச்சினை இல்லை என்றேன். அவர் வயலில் இருப்பதாக வீட்டில் சொல்கிறார்களே, பிறகென்ன கவலை என்றேன். அங்கே இருக்க வேண்டுமே என்றார் நண்பர். திடீர்னு கிளம்பி எங்காவது போயிருந்தால்? அவர் குரலில் கவலை கணிசமாகக் கூடியிருந்தது. காத்திருந்து பார்த்துவிட்டு வருவோம், இரவுக்குள் அவர் திரும்பித்தானே ஆக வேண்டும் என்றேன். உங்களுக்கு அங்கே பொழுது போகுமா என்றார் கவலையுடன். பொழுது அது பாட்டுக்கும் போகத்தானே செய்யும் என்றேன். அவர் கலகலவெனச் சிரித்தது என் பேச்சை ரசித்து என்பதைவிட, இறுக்கத்தைத் தளர்த்திக்கொள்ள என்பதாகவே எனக்குப் பட்டது. பேச்சை மாற்ற விரும்பினேன். வெயில் மிதமாக இருந்தது. கும்பகோணத்தில் எப்போது வெயில் சூடு பிடிக்கும் என்று கேட்டேன். ஏப்ரல், மே மாசத்துலதான் என்றவர், ராத்திரி இங்க மழை பெஞ்சிருக்குமோ என்றார் கவலையோடு. நாங்கள் பார்க்க வேண்டிய நபர் கண்ணில் படும்வரை அவரது கவலையைப் போக்க முடியாது என்பது புரிந்தது.

எங்களுக்கு முன்னால் இருந்த சாலை கண்ணுக்கெட்டிய தூரம்வரை மண் சாலையாகவே நீண்டு சென்றது. ஆனால் அதிக மேடு பள்ளங்கள் இல்லாத சீரான சாலை. இரு புறமும் செடிகள், ஏதேதோ பயிர்கள். என் நகரத்துக் கண்ணுக்கு எல்லாமே புல்லின் வெவ்வேறு தோற்றங்களாகத்தான் தெரிந்தன. காற்றடிக்கும் திசைக்கு ஏற்ப அவை சீராகத் தலை சரித்திருந்ததைப் பார்க்க அழகாக இருந்தது. இன்னும் எவ்வளவு தூரம் என்று நண்பர் ஆட்டோக்காரரைக் கேட்டார். கால் மணி நேரத்துல போயிடலாம் என்றார் அவர்.

பரந்த வயல் வெளிக்கு மத்தியில் இருந்த பழைய காலத்து வீடு அது. அக்கம்பக்கம் எந்த வீடும் இல்லை. தனியாக, மிகவும்

தனியாக இருந்தது அந்த வீடு. வயல் தொடங்கும் எல்லையில் ஆட்டோவை நிறுத்தினார் ஓட்டுநர். வயலைத் தாண்டி நடந்து சென்றோம். பெரியவர் இருக்க வேண்டுமே என்ற கவலை எனக்கும் எழுந்தது.

தூரத்திலிருந்து பார்க்கும்போதே வீட்டின் பின்புறம் அவர் நடமாட்டம் தெரிந்தது. நண்பரின் முகத்தைப் பார்த்தேன். நிம்மதி தெரிந்தது. கற்பாதைகளையும் செடி கொடிகளையும் சின்னச் சின்ன மரங்களையும் தாண்டி வீட்டுக்குச் சென்றோம்.

பெரிய திண்ணை. தரையில் பிளவுகள் இருந்தன. சுவர்களில் காரை பெயர்ந்திருந்தது. வீட்டுக்குள் நுழைந்ததும் புழக்கடையிலிருந்து காற்று தடையின்றி வெள்ளமெனப் பாய்ந்துகொண்டிருந்தது. எங்கும் வெளிச்சமாக இருந்தது. உத்தரங்கள் மிகவும் உயரத்தில் இருந்தன. கதவுகள் கனமான மரத்தால் செய்யப்பட்டிருந்தன. கதவுகளில் உள்ள வேலைப்பாடுகள் கோயில் தூண்களையும் கதவுகளையும் நினைவுபடுத்தின. உள்ளே சென்றதும் மூலைகளில் அடுக்கிவைக்கப்பட்டிருந்த மூட்டைகள் கண்ணில் பட்டன.

முற்றத்திற்கு வலப்புறம் இருந்த அறை கவனத்தைக் கவர்ந்தது. பெரிய அறை அது. வெளியிலிருந்து பார்த்தாலே கிட்டத்தட்ட முழு அறையும் தெரியும் அளவுக்குப் பெரிய வாசல். அறைக்குள் நல்ல வெளிச்சம் இருந்தது. அந்தப் பக்கம் ஜன்னல் இருக்க வேண்டும். மின் விளக்கின் உதவி இல்லாமல் இவ்வளவு வெளிச்சத்தை நான் ஒரு அறைக்குள் பார்த்த ஞாபகம் இல்லை. சந்திரசேகரேந்திரர் படம் மாட்டப்பட்டிருந்தது. கீழே சிறிய மேசையில் ஓரிரு புத்தகங்கள் தென்பட்டன. அறைக்குள் ஏகப்பட்ட சாமான்கள் போட்டு வைக்கப்பட்டிருந்ததைப் பார்க்க முடிந்தது. அவற்றில் கோயில் தொடர்பான பொருள்களும் இருப்பது தெரிந்தது. யாளி, நந்தி, துவார பாலகர், வீணை . . . சட்டென்று வேறொரு உலகத்துக்குள் வந்துவிட்டதுபோல இருந்தது.

நண்பர் ஏற்கனவே இங்கு வந்திருப்பதால் சுவாதீனமாக முற்றத்தைத் தாண்டி நேரே பின்னால் சென்றார். புழக்கடையில் கிணற்றடி இருந்தது. சென்னையில் கிணற்றைச் சிறு வயதில் பார்த்தது. ஆவலோடு அருகில் சென்று எட்டிப் பார்த்தேன். சலனங்களினூடே என் முகம் தெரிந்தது. கூ என்று கூவலாம் என்ற ஆர்வத்தைக் கட்டுப்படுத்திக்கொண்டேன். கிணற்றடியில் வெண்கலப் பாத்திரங்களும் மண்பாத்திரங்களும் தென்பட்டன. கிணற்றுக்குப் பக்கத்தில் ஒரு துளசி மாடம். வேப்பமரம் அசைந்துகொண்டிருந்தது. மாடுகள் கட்டப்பட்டிருந்தன.

வெற்றுடலுடன் இருந்த அவர் மலர்ந்த முகத்துடன் வரவேற்றார். தாடி முற்றிலுமாக நரைத்திருந்தது. தலையில் ஓரளவு முடி இருந்தது. வேட்டி கொஞ்சம் அழுக்காக இருந்தது. வெற்றிலைச் சாற்றைத் துப்பிவிட்டு வந்து மீண்டும் வரவேற்றார். வாய் கொப்புளித்துக்கொண்டே பேசினார்.

எப்ப வந்தேள், நேத்து ஒரு போன் பண்ணியிருந்தா ஸ்டேஷனுக்கு வந்திருப்பேனே, என்ன திடீர் விஜயம், போஜனம் ஆச்சா, நல்ல வேளை இப்ப வந்திருக்கேள். போன வாரம்னா நல்ல மழைல மாட்டிண்டிருப்பேள் . . . டீ சாப்பிடறேளா?

இங்கே டீ கிடைக்குமா என்று ஆச்சரியத்துடன் கேட்டேன்.

ஏன் கிடைக்காம? குமுட்டி அடுப்புல போட்ட டீ. பர்ஸ்ட் கிளாசா இருக்கும்

அப்புறமா சாப்பிடலாம் என்றேன்.

பயந்துட்டேளா என்றார். அடர்த்தியான வெண்ணிற மீசைக்கு வெளியே வெற்றிலைக் கறை படிந்த பற்கள் பளிச்சிடச் சிரித்தார்.

அப்படி இல்ல. இப்பதான் டிஃபன் சாப்டுட்டு காஃபி குடிச்சோம் என்றேன்.

உக்காருங்கோ என்றார்.

நண்பர் முகத்தைப் பார்த்தேன். குமுட்டி டீயை இழந்த வருத்தமோ அல்லது அதிலிருந்து தப்பித்த மகிழ்ச்சியோ அவர் முகத்தில் தெரியவில்லை. தேடி வந்த நபர் இருக்கிறார் என்ற ஆசுவாசம் மட்டுமே அவர் முகத்தில் தெரிந்தது. கிணற்றடிக்குப் போய் முகம், கை, கால் கழுவிக்கொண்டு வந்தார். எனக்கு அப்படி எதுவும் செய்யத் தோன்றவில்லை. முற்றத்தில் சுவரோரமாக உட்கார்ந்துகொண்டோம்.

செத்த இருங்கோ என்று சொல்லிவிட்டுப் பெரியவர் பக்கத்து அறைக்குள் சென்று மறைந்தார். நல்ல உயரம். ஒல்லியான, உறுதியான உடம்பு. சின்னதாக ஒரு தொந்தி. நிமிர்ந்த நடை. திரும்பி வரும்போது கையில் ஒரு பாய் இருந்தது. அதைத் தரையில் விரித்தார்.

சொல்லுங்கோ, சொல்லிக்காம கொள்ளாம திடீர்னு புறப்பட்டு வந்துருக்கேள்? நீங்கள்லாம் மெட்ராஸ்ல ரொம்ப பிசியா இருப்பேள். சொல்லுங்கோ என்றார்.

நண்பர் என் முகத்தைப் பார்த்தார். சட்டென்று எப்படிச் சொல்வது என்று எனக்குத் தயக்கம். பெரியவர் எங்கள்

தயக்கத்தைக் கவனித்ததாகத் தெரியவில்லை. அவரே பேச ஆரம்பித்தார்.

எந்த ட்ரெய்ன்ல வந்தேள்? ... இல்ல பஸ்ஸா?

நண்பர் உற்சாகமாக விவரிக்க ஆரம்பித்தார். தத்கலில் பயணச் சீட்டு வாங்கியதையும் ரயில் ஒரு மணிநேரம் தாமதமாக வந்ததையும் சொன்னார். காலையில் ஆறு மணிக்கு வர வேண்டிய ரயில் ஏழரைக்குத்தான் வந்தது என்பதைச் சொன்னார். காபி கிடைக்காமல் அவஸ்தைப்பட்டதைச் சொன்னார். பயணம் பற்றிப் பேசினால் சிலருக்கு அலுப்பதே இல்லை. நான் அமைதியாக உட்கார்ந்திருந்தேன். வீட்டைச் சுற்றிலும் கண்களை ஓடவிட்டேன். பெரிய கூடம், நடை, முற்றம், முற்றத்தைச் சுற்றிலும் அறைகள் என்று மாபெரும் வீடு. வீட்டைச் சுற்றிலும் நான்கு புறமும் வயல். முன் பகுதியில் மட்டும் சற்றுக் குறைவான வெளி. மற்ற மூன்று புறங்களிலும் பரந்து விரிந்திருந்தது.

தனியாவா இருக்கீங்க என்று கேட்டேன்.

மேக்ஸிமம் தனியாத்தான் இருப்பேன். வயல்ல வேலை நடக்கும்போது ஆள் நடமாட்டம் இருக்கும். சாயங்காலமா ஒரு கெழவி வந்து பெருக்கிட்டுப் போவா. நானும் வருஷம் பூரா இங்க இருக்கறதில்லை. வயல்ல வேலை நடக்கறப்போ வருவேன். இப்ப மூட்டையெல்லாம் கணக்கு பாத்து வெக்க வேண்டியிருக்கு. அடுத்த வாரம் ஏஜெண்டு வரான். திடீர்னு மழ வேற. மூட்டையெல்லாம் எடுத்து அடுக்கிண்டிருக்கேன்.

தனியாவா?

மேக்ஸிமம் தனியாவே பண்ணிடுவேன். சிலப்ப பக்கத்துலேந்து ஆளக் கூப்புட்டுப்பேன். காலம்பற ஒத்தன் வந்து ஹெல்ப் பண்ணினான். ரொம்ப வருஷமா பழக்கம். காசு குடுத்தா வாங்கிக்க மாட்டான். மூட்டையா குடுத்துடுவேன். தங்கமான ஆளு. அவன் கல்யாணம்கூட நாந்தான் பண்ணி வெச்சேன். மூணு கொழந்தேள். எல்லாம் பக்கத்துல ஸ்கூலுக்குப் போறதுகள்.

அவருக்கு சொந்த நிலம் இல்லையா?

இருக்கு. கொஞ்சமா இருக்கு. அதுல வர்ற வரும்படி போதாதுன்னு இந்த மாதிரி மத்தவா வயல்ல வேலை செய்வான். தங்கமான பய. நன்னா வேலை செய்வான். அவம் பொண்டாட்டி பலே கெட்டிக்காரி. கூடை பின்றது அது இதுன்னு ஏதானும் பண்ணிண்டிருப்பள். நல்ல ஃபேமிலி. எங்க அப்பா

காலத்துலல்லாம் இந்தப் பக்கம் வரவே முடியாது. பாதையும் கிடையாது. இப்ப வயலையெல்லாம் நெறய பேர் வித்துட்டாங்க. விவசாயம் பண்றதுல இண்ட்ரஸ்ட் கொறஞ்சு போச்சு. லாபமும் கொறஞ்சு போச்சு. தண்ணி இருந்தாத்தானே. கர்நாடகாக்காரன நம்பிப் பொழைக்க வேண்டிருக்கு. எல்லாம் இவா பண்ணின தப்புதான். அன்னிக்கே ஸ்ட்ரிக்டா ஆக்ஷன் எடுத்திருந்தா இன்னிக்கு கன்னடிகாஸ் இப்படி வாலாட்ட முடியுமா? இப்ப வந்து போராட்டம், உண்ணாவிரதம்னுல்லாம் இருக்கறதுல என்ன பிரயோஜனம்? எங்களுக்கே தண்ணி இல்லன்னு எப்பவும் பல்லவி பாடறான். அங்க வெள்ளம் வந்து வயலெல்லாம் அழியற நெலம வந்தாத்தான் இங்க எங்களுக்கெல்லாம் தண்ணி. நாய்ப் பொழப்பு. என்ன சேறது? அதுதான் எல்லாரும் வயல வித்துட்டா. வயல் இருந்த எடத்துலல்லாம் ஃபேக்டரி முளச்சிண்டிருக்கு. தோ, நீங்க வந்து எறங்கினேளே, அங்கேர்ந்து லெஃப்ட்ல திரும்பிப் பாத்தா ஒரு கன்ஸ்ட்ரக்ஷன் நடந்திண்ட்ருக்கும். அது ஒரு ஃபேக்டரி. இன்னும் தள்ளிப் போனா இன்னொரு ஃபேக்டரி. என்னமோ ப்ரொட்யூஸ் பண்ணப்போறாளாம். நெல்லும் பருப்பும் ப்ரொட்யூஸ் பண்றத நிறுத்திட்டா. காரும் கம்ப்யூட்டரும்தான் எல்லாருக்கும் வேண்டிருக்கு.

வெற்றிலைப் பெட்டியை எடுத்தார். வேறு கேள்வி எதுவும் கேட்கத் தோன்றவில்லை. பயமாக இருந்தது. நண்பரைப் பார்த்தேன். அவர் முகத்தில் கவலை ரேகைகள்.

வெவசாயத்தை உட்டுட்டு என்ன பண்ணி என்ன யூஸ் என்றார் நண்பர். நான் கலவரத்துடன் பெரியவரைப் பார்த்தேன். அதத்தாஞ் சொல்றேன் என்று ஆரம்பித்தார். நான் அமைதி யானேன். எதுவும் நம் கையில் இல்லை. பெரியவர் தொடர்ந்தார்.

காவிரித் தண்ணி மட்டும் பிரச்சின இல்ல சார். இங்க வெளயற அரிசிய விக்கறதுலயும் பிரச்சின இருக்கு. கவர்மெண்ட்ல ஏதோ ஒரு ரேட் வெக்கறான். அது போறல. தனியா விக்கலாம்னு பாத்தா நேரடியா மார்க்கெட்ல காண்டாக்ட் இல்ல. எங்க பாத்தாலும் ப்ரோக்கர் ராஜ்யம். நீங்க 20 ரூபா 40 ரூபா குடுத்து வாங்கறேளே அரிசி, அதுக்கு எங்களுக்கு மூணு ரூபா ஆறு ரூபாகூட கிடைக்காது. எங்க கிட்ட நீங்க நேரா வாங்கினா சீப்பா தருவோம். ஆனா இத்தன மூட்டையையும் நான் எப்படி விக்க முடியும்? ஆந்திரால சாஃப்ட்வேர் க்ரோத் அமோகமா இருக்கு. ஆனால் வெவசாயியெல்லாம் தற்கொல பண்ணிக்கறான். எதனால சாகறான்? வெவசாயமே வாணான்னு கவர்மெண்ட் நனைக்கறதோ என்னமோ. இதுக்கெல்லாம் விடிவே கடயாது சார். இந்தியா உருப்படப் போறதில்ல. சர்வ நாசம்தான்.

கூட்டுறவு சங்கம் அது இதுன்னு சொல்றாங்களே என்றேன்.

எல்லாம் இருக்கு. நானும் மெம்பராத்தான் இருக்கேன். அதெல்லாம் சரியா இருந்தா இத்தன பேர் ஏன் வெவசாயத்த உட்டுட்டு ஃபேக்டரி வேலைக்குப் போறா? எதுவும் சரியில்ல சார். நீங்கள்ளாம் சிட்டில இருக்கேள். பத்திரிகைல வர்றத வெச்சிண்டு ஏதோ நெனச்சிக்கறேள். ஆனால் பத்திரிகைல எழுதறதுல பாதி பொய். காவிரிப் பிரச்சினை பத்தி ஒரு ரிப்போர்ட்டர் எங்கிட்ட வந்து கேட்டார். நான் ஆதியோடந்தமா எல்லா டீட்டெய்ல்ஸும் குடுத்தேன். அப்படியே ரங்கநாதனையும் பாக்கச் சொன்னேன். அவர்தானே தலைவர். அடுத்த வாரம் அவனோட பொஸ்தகத்த வாங்கிப் பாத்தேன். நான் சொன்னதையெல்லாம் அவனே கண்டுபிடிச்சா மாதிரி எழுதியிருந்தான். என் பேரே வல்ல. ரங்கநாதனோட போட்டோவை மட்டும் போட்ருந்தான். அவர் சொன்னதா நாலு வார்த்த எழுதியிருந்தான். அதுவும் அவர் நெஜமா சொன்னாரான்னு தெரியாது.

உங்க பேர போடலன்னாலும் ரிப்போர்ட்ல இருக்கற தெல்லாம் கரெக்டான இன்ஃபர்மேஷன்தானே?

அதெல்லாம் கரெக்ட்தான். சொன்னது நாந்தானே. ஆனால் எல்லாத்தையும் போட்டுட்டு கடைசில ஆளுங்கட்சியை நாங்கள்லாம் திட்டறா மாதிரி முடிச்சிருந்தான். அவனுக்குத் திட்டணும்னா அவனே திட்டிக்க வேண்டியதுதானே, இப்டீன்னு விவசாயிகள்லாம் சொல்றான்னு எதுக்காக எங்க முதுகுக்குப் பின்னால ஒளிஞ்சிக்கணும்? இந்தப் பக்கத்துல இருக்கற வெவசாயிகளுக்கு காவிரி விஷயத்துல கவர்மெண்டோட எந்த தகராறும் கெடயாது. கவர்மெண்ட பகைச்சிண்டு ஒண்ணும் செய்ய முடியாது. நாங்க யாரும் கவர்மெண்ட எதுத்து ஒப்பனா பேச மாட்டோம். அதுல ஒண்ணும் பிரயோஜனம் இல்ல. நான் சொல்ல வரது என்னன்னா, பத்திரிகைல வர்றதையெல்லாம் அப்படியே நம்பிடக் கூடாதுன்னு சொல்றேன்.

இந்த முறை நான் எச்சரிக்கையாக இருந்தேன். பதில் எதுவும் பேசவில்லை. அவர் விடவில்லை. என்ன சொல்றேள் என்று கேட்டார்.

சரிதான் . . . என்று இழுத்தேன்.

அப்பறம் . . . சொல்லுங்கோ. நானே பேசிண்டிருக்கேன். என்ன விஷயமா வந்தேள்? எவ்வளவு நாள் ஸ்டே? ரெண்டு பேரும் ரொம்ப பிஸியா இருப்பேள். சேந்து வந்திருக்கேள்னா ஏதானும் அவசர காரியமாத்தானே இருக்கும். சொல்லுங்கோ . . .

கொஞ்சம் தெம்பு வந்தது. இந்த சந்தர்ப்பத்தை நழுவவிடக் கூடாது என்று தீர்மானித்துக்கொண்டு பேச ஆரம்பித்தேன்.

போரூர்ல உங்களுக்கு ஒரு நிலம் இருக்கு இல்லயா?

நெலமா? ஆமாமாம். நீங்க சொல்லித்தான் ஞாபகத்துக்கே வரது. அது ஆச்சு வாங்கி முப்பது வருஷம். போய்ப் பாத்துக்கூட வருஷக்கணக்குல ஆச்சு. அப்பப்ப லஷ்மணன் மட்டும் பாத்துட்டு வருவான். இப்ப என்ன வெலைக்குப் போறதோ என்னமோ . . .

போன வாரம் . . .

பெரியவர் நான் சொன்னதைக் கவனிக்கவில்லை. உரையாடலின்போது காதுக்கு அவ்வளவாக அவர் வேலை கொடுப்பதில்லை என்பது புரிய ஆரம்பித்தது.

அத வாங்கறப்ப இங்க போய் ஏன் வாங்கறேன்னு எங்க ஆத்துக்காரி வஞ்சா. அப்ப நான் ரெண்டு வருஷம் மெட்ராஸ்ல இருக்க வேண்டிய சூழ்நிலை. கொஞ்சம் காசு இருந்துது. என் ஃப்ரெண்ட் வாங்கினான். நானும் நெலத்துல போட்டா வீணாவா போப்போறதுன்னு வாங்கிட்டேன். எனக்கு மெட்ராஸ்ல நல்ல வருமானம் இருந்தாலும் அங்க இருப்புக் கொள்ளல. மொதல்ல அந்த சத்தமே சகிக்கல்ல. கௌம்பி வந்துட்டேன். வந்த கொஞ்ச வருஷத்துலயே மகராசி போய்ச் சேந்துட்டா. ஒண்டிக்கட்டயா இந்த வயலக் கட்டிண்டு காலத்த ஓட்டிண்ட்ருக்கேன் . . .

கும்பகோணத்தில தம்பி வீட்டுக்கு அதிகம் போறதில்லயா? நண்பர் ஆர்வ மிகுதியால் கேட்டுவிட்டார்.

போகாம என்ன? இங்க நான் மட்டும் ஒக்காந்துண்டு என்ன பண்றது? வேலை இருக்கும்போது இங்கயே இருப்பேன். தம்பியும் செல சமயம் லீவு போட்டுட்டு என்னோட வந்துடுவான். அவனுக்கு இண்ட்ரெஸ்ட் கெடயாது. எனக்கு ஹெல்ப் பண்ண வருவான். மத்தபடி கும்பகோணம்தான் நம்ம ஜாகை. எதுக்கு சொல்ல வந்தேன்னா, மெட்ராஸ்லேந்து வந்த கையோட நானும் தனியாளா ஆயிட்டேன். அங்க வாங்கின நெலத்தப் பத்தி யோசிக்கவே மனசு வரல. லஷ்மணனும் 97ல போய்ச் சேந்துட்டான். 97ஆ 96ஆன்னு தெரியல. எலெக்‌ஷனுக்கு அடுத்த வருஷம். அதுக்கப்பறம் அதப் பத்தி மறந்தே போயிட்டேன். இப்ப நீங்கதான் ஞாபகப்படுத்தறேள். தம்பியுஞ் சொல்லுவான். மத்யானமா பொஸ்தகம் படிச்சிண்டிருக்கும்போது பேச்சு கொடுப்பான். படிக்கறச்ச டிஸ்டர்ப் பண்ணாதடான்னு சொல்லிடுவேன். படிச்சுட்டு தூங்கிப்போய்டுவேன். ஏந்துகறச்சே அவன் ஆஃபீஸ் போயிருப்பான். அப்படியே போயிடுத்து.

சொல்லுங்கோ, என்ன விசேஷம் அந்த நெலத்துக்கு? அதப் பத்திப் பேசவா இவ்ளோ தூரம் வந்தேள்?

மினரல் வாட்டர் பிளாண்ட் ஒண்ணு போடலாம்னு ஐடியா . . .

அது என்ன ப்ளாண்ட்?

ப்ளாண்டுன்னா ஃபேக்டரி மாதிரி. ப்ரொட்யூஸ் பண்ற இடம்.

ஓ, சரி, சரி. ப்ரொட்யூஸ் . . . என்னத்த ப்ரொட்யூஸ் பண்ணப்போறேள்?

வாட்டர், மினரல் வாட்டர் . . .

தெரியும். மெட்ராஸ்ல எல்லாரும் பாட்டிலும் கையுமாத்தான் அலையறாளாமே. பாட்டில்ல தண்ணி ரொப்பறதுக்கு ஒரு ஃபேக்டரியா?

அப்படி இல்ல. அந்த வாட்டர் வெறும் வாட்டர் இல்ல. மினரல் வாட்டர். நெலத்தடி நீர அப்படியே குடிக்க முடியாது. கார்ப்பரேஷன்காரன் குடுக்கற தண்ணியகூட அப்படியே குடிக்க முடியாது.

தண்ணிய எதுக்கு அவன் குடுக்கணும்? கெணத்துலேந்து மொண்டு குடிக்க வேண்டியதுதானே?

நான் சிரித்தேன்.

ஐயோ பாவம் . . . சரி, உங்களுக்கு எங்கேருந்து தண்ணி கெடைக்கும்? கும்மோணத்துலேந்து எடுத்துண்டு போறேளா? இங்கயே தண்ணி கொறஞ்சிண்டிருக்கு என்று சிரித்தார்.

நெலத்துலேந்து மிஷின் போட்டு உறிஞ்ச வேண்டியதுதான் என்றேன். நெறய ப்ராஸஸ் இருக்கு. நீங்க நெலத்துக்கு கெமிக்கல் உரமெல்லாம் போடறா மாதிரி . . .

பெரியவர் நிமிர்ந்து உட்கார்ந்தார்.

நீங்க பாத்தேளா நான் போடறத என்றார். குரலில் கோபம் எட்டிப் பார்த்தது. முகம் மாறிவிட்டது.

நான் கொஞ்சம் பயந்துவிட்டேன். இல்ல . . .

அப்படியெல்லாம் வாய் புளிச்சுதோ மாங்கா புளிச்சுதோன்னு பேசப்படாது. இங்க எல்லாரும் கெமிக்கல் உரம் போடறா. நான் புடிவாதமா இயற்கை உரம்தான் போடறேன். என் வயல்ல வெளஞ்ச அரிசிய சாப்பிட்டுப் பாருங்கோ. நான்

அரவிந்தன்

சொன்னேனே. ஒத்தன் இங்க வந்து ஹெல்ப் பண்ணுவான்னு. அவனுக்கும் இதுல இண்ட்ரெஸ்ட் ஜாஸ்தி. நானும் அவனும்தான் எல்லாத்தையும் கவனிச்சுப்போம். இன்னிக்கு நேத்திக்கு இல்ல. க்ரீன் ரெவொல்யூஷன் காலத்துலயும் எங்கப்பா கெமிக்கல் போட்டதில்ல. பூமாதாவுக்கு வெஷத்த குடுக்க மாட்டேன்னுவார். நாங்க பரம்பர பரம்பரயா இந்தத் தொழில்ல இருக்கோம். எங்களுக்குன்னு சில வேல்யூஸ் இருக்கு. எத்திக்ஸ் இருக்கு. மண்ணை சூறையாடினா நமக்கெல்லாம் சோறு கெடைக்காது சார் . . . இயற்கை உரம் தயாரிக்கறத்துக்குன்னு புழக்கடைல பெரிய செட்டப்பெல்லாம் செஞ்சி வெச்சிருக்கேன். கவர்மெண்ட்லேந்தோ கம்பேனிலேந்தோ எவனாவது ஃபெர்டிலைசர் அது இதுன்னு வந்தான்னா கால ஒடச்சி அனுப்பிடுவேன்.

என்ன சொல்வது என்று தெரியாமல் கொஞ்ச நேரம் பேசாமல் இருந்தேன். பிறகு மெதுவாக, சாரி . . . என்றேன்.

அதப் பத்திப் பரவால்ல. எல்லாரும் நெனைக்கறதுதானே . . . என்றார். பக்கத்தில் இருந்த விசிறியை எடுத்து விசிறிக்கொண்டார். என் கண் அனிச்சையாக அந்த அறைக்குள் சென்றது. யாளி சிலை நகர்ந்தது போல் இருந்தது. பக்கத்தில் கிடந்த துவார பாலகர் புரண்டு படுத்ததுபோல் இருந்தது. கண்களை வேகமாக மூடித் திறந்தேன்.

நான் பேசத் தயங்குவதைக் கண்ட நண்பர் உதவிக்கு வந்தார்.

காந்திஜி சொன்ன மாதிரி இயற்கை விவசாயத்தை விடாம இருக்கீங்க . . .

பெரியவர் சட்டென்று அவர் பக்கம் திரும்பினார். கூர்மையாகப் பார்த்தார்.

காந்தியப் பத்திப் பேசாதீங்கோ. அவராலதான் இந்த தேசமே கெட்டுக் குட்டிச்சுவரா போச்சு. அவர் முஸ்லீம்ஸுக்கு எல்லாத்தையும் விட்டுக்கொடுத்துட்டார். இப்ப பாருங்க. தலை மாட்டுல வெச்ச கொள்ளி மாதிரி பாகிஸ்தான் படுத்திண்டிருக்கு.

என்னால் இப்போது சும்மா இருக்க முடியவில்லை.

பாகிஸ்தானைப் பிரிக்கக் கூடாதுன்னுதானே காந்தி சொன்னார்?

எல்லாத்தையும் உட்டுக் கொடுத்துட்டுப் பிரிக்க மட்டும் கூடாதுன்னா எப்படி? அவன் என்ன உங்களயும் என்னயும் மாதிரி இளிச்சவாயனா? இவ்வளவு குடுக்கறயே மகராசா, இன்னும்

கொஞ்சம் குடு, இல்லன்னா உன் கழுத்தத் திருகிடுவேன்னு அடிச்சு புடுங்கிண்டு போனான்.

எனக்கு ஆயாசமாக இருந்தது.

பெரியவர் விடவில்லை.

போன வாரம் ஆத்துக்கு ஒத்தர் வந்துருந்தார். காந்தியோட ஹிந்த் ஸ்வராஜ்ங்கற புக்க எடுத்துண்டு வந்தார். முஸ்லீம்ஸை செல்லம் கொஞ்சிண்டிருந்த காந்தி எதுக்காக ஹிந்த் ஸ்வராஜ் பத்தி எழுதணும்னு தெரியல.

என்னால் இப்போதும் சும்மா இருக்க முடியவில்லை.

காந்தி சொல்ற ஹிந்த், ஹிந்து, முஸ்லீம், கிறிஸ்டியன்ஸ்னு எல்லாரையும் உள்ளடக்கின ஒரு கலாச்சார தேசம். ஹிந்த் ஸ்வராஜ்னு அவர் சொல்றது இந்திய மண்ணின் கலாச்சாரம், பார்வை.

சார், காந்திக்குப் பெரிய மனசுதான். நான் இல்லேங்கல்ல. ஆனா அவர் ஒரு விஷயத்தைப் புரிஞ்சிக்கல. முஸ்லீம்ஸ் பசு மாட்டைச் சாப்பிடுவா. நாம அதைக் கும்பிடுவோம். ரெண்டும் எப்படி சார் ஒண்ணா இருக்க முடியும்?

நீங்க சொல்றது ஜின்னாவோட ஆர்க்யூமெண்ட். ஹிண்டூஸ்லயும் பசு மாட்டை சாப்பிடறவங்க இருக்காங்க. அவங்களையெல்லாம் ஹிண்டூஸ் இல்லன்னு நீங்க சொல்றீங்களா?

நான் கும்பிடற கடவுள அவாளும் கும்பிடறாளே. அதுன்னா முக்கியம்?

அவங்க கும்பிடற கடவுளை நீங்க கும்பிடறதில்லையே. அது மட்டுமில்ல. ஒரு விஷயத்துல ஒத்துமை இருந்தா ஒரு விஷயத்துல வேத்துமை இருக்கும். அதுதான் மனுஷ இயல்பு. வேத்துமையைப் பத்தியே பேசிட்டிருக்கறதால யாருக்கும் யூஸ் இல்ல. இங்க இருக்கற முஸ்லீம்ஸ், கிறிஸ்டியன்ஸ், சீக், புத்திஸ்ட் எல்லாரும் இந்த மண்ணைச் சேந்தவங்கன்றதுனால எல்லாரும் ஒரே தேசம், எல்லாருக்கும் இந்த நாடு சொந்தம் அப்படீன்றது காந்தியோட வ்யூ . . .

இந்த மண்ணை மதிக்கறேன்னு அவாளைச் சொல்லச் சொல்லுங்கோ பாப்போம்?

மதிக்கறதுனாலதான் பாகிஸ்தானுக்குப் போகாம இங்கயே கோடிக்கணக்கான முஸ்லீம்ஸ் இருக்காங்க. அது சரி, உங்களுக்கு முஸ்லீம் ஃப்ரெண்ட்ஸ் யாரும் இல்லயா?

ஏன் இல்லாம? ரொம்ப க்ளோஸ் ஃப்ரெண்ட்ஸெல்லாம் இருக்கா.

அவங்கள்ளாம் தேசத்துரோகின்னு நெனச்சா பழகறீங்க?

நீங்க சொல்றது புரியறது. ஆனா ஒரு சில இண்டூஜுவல்ஸ வெச்சி ஒரு சொஸைட்டியை எடை போட முடியாதோல்லியோ?

அதேதான் நானும் சொல்றேன்.

நண்பர் சிரித்தார்.

நீங்க என்ன வேண்ணா சொல்லுங்கோ. நான் என் கருத்தை மாத்திக்க மாட்டேன். காந்தி முஸ்லீம்ஸை ஏத்தி வுட்டுட்டார். எல்லாருக்கும் சம உரிமைன்னு சொல்லி எல்லாரையும் எல்லா எடத்துக்கும் போகலாம்னு சொன்னார். எதுக்கும் ஒரு தராதரம் இல்லாம போயிடுத்து . . .

விஷயம் மதத்திலிருந்து ஜாதிக்கு நகர்ந்துவிட்டது. எனக்குக் களைப்பாக இருந்தது. இவர் நிறுத்த மாட்டார். நண்பரும் அவஸ்தைப்பட ஆரம்பித்துவிட்டார். பெரியவர் அவரது உறவினர். அவர் உறவினர் வட்டத்தில் மூத்தவர். தவிர, அவரிடம் உதவி கேட்டு வந்திருக்கிறோம். நான் அமைதியாக இருந்தேன். எழுந்து போய்த் தண்ணீர் குடித்துவிட்டு வந்தேன். வரும்போது கண் அந்த அறையையே பார்த்ததைப் பெரியவர் கவனித்துவிட்டார்.

அப்போலேந்து அங்கயே பாத்துண்ட்ருக்கேளே என்று சொன்னபடி எழுந்துகொண்டார். அறைக்குள் நுழைந்தார். வாங்கோ என்றார். நான் ஆவலோடு உள்ளே நுழைந்தேன். கோயிலின் பகுதி ஒன்று இடிந்து விழுந்ததைப் போல இருந்தது அந்த இடம். அறைக்குள் கடவுளர் சிலைகள், நடன மாதுகளின் சிலைகள், விளக்குகள், கற்கள் எனக் கோயிலின் எச்சங்கள் இருந்தன. என் பார்வையின் ஆச்சரியத்தையும் கேள்விகளையும் புரிந்துகொண்ட பெரியவர் பேச ஆரம்பித்தார்.

எங்க வயலுக்கு தெற்குப் பக்கம் ஒரு பழைய கோயில் இருந்துது. சின்ன வயசுல நான் அடிக்கடி இங்க வருவேன். ரயில்வே ட்ராக் போடணும்னு அந்தக் கோயிலை இடிச்சுட்டாங்க. ஏன் இடிச்சேன்னு கேக்க இங்க ஒரு நாதி இல்லை. எங்கப்பாதான் செலையெல்லாம் எடுத்து பத்திரமா இங்க வெச்சார். அம்பது வருஷமா இங்கதான் இருக்கா இவாள்ளாம். திரும்பவும் கோயில் கட்டணும்ங்கறது எங்கப்பாவோட ஆசை. நானும் எத்தனையோ ப்ரயத்னம் பண்ணிப் பாத்தேன். ஒண்ணும் நடக்கல. ஒவ்வொரு

சமயம் ஒவ்வொரு தடங்கல். சரி, அவனுக்கே விருப்பமில்லன்னு விட்டுட்டேன் என்றார்.

நான் ஒவ்வொரு சிலையாக ஆச்சரியமாகப் பார்த்துக் கொண்டிருந்தேன். அறையின் மறு மூலையில் சுவாமி படங்கள் வைக்கப்பட்டு ஊதுவத்தி ஏற்றிவைக்கப்பட்டிருந்தது. அதன் அருகேயும் சில மூட்டைகள் இருந்தன. மூட்டைக்கு நடுவில் ஒரு புத்தகம் தெரிந்தது. பக்கத்தில் போய் எடுத்துப் பார்த்தேன். பீஷ்ம பர்வம் என்று பழைய எழுத்தில் போட்டிருந்தது. அழுத்திப் பிடித்தால் உதிர்ந்துவிடும்போல இருந்தது. பத்திரமாக வைத்தேன்.

ராமாநுஜாசார்யார் போட்ட பொஸ்தகம். எங்க ஊர்க்காரர்தான். வாங்கி எண்பது வருஷம் இருக்கும் என்றார்.

தெரியும் என்றேன்.

உங்களுக்கு எப்படித் தெரியும்?

கும்பகோணம் எடிஷன்னு கேள்விப்பட்டிருக்கேன்.

எல்லா பர்வமும் இங்க இருக்கு. இந்த மூட்டையெல்லாம் எடுத்தா பாக்கலாம். அதுக்கு இன்னும் ரெண்டு மாசம் ஆகும்.

மூட்டையை எடுக்கும்போது சொல்லுங்க. எனக்கு எல்லா பருவமும் பாக்கணும்.

தாராளமா சொல்றேன் . . .

திரும்பும்போது ஒரு சிலையின் மீது இடித்துக்கொண்டு இன்னொரு சிலையின் மீது விழுந்தேன். ஒரு கணம் கண் இருண்டது. சிலைகளோடு படுத்திருந்த ஒரு நொடி நானும் சிலையாகிவிட்டதுபோல பிரமை தட்டியது. அடி எதுவும் படவில்லை. சமாளித்து எழுந்தேன். இருவரும் பதறிவிட்டார்கள்.

ஒண்ணும் பிரச்னை இல்லை என்றேன். சுவாதீனமாக இருப்பதாகக் காட்டிக்கொள்ள அறைக்குள் உலாவினேன். மூட்டையை எடுக்கும்போது சொல்லுங்க என்றேன் மறுபடியும். பெரியவர் அறைக்கு வெளியே சென்றார். நாங்களும் பின்தொடர்ந்தோம். அடி கிடி ஒண்ணும் படலயே என்றார் நண்பர். இல்லை என்றேன்.

வேகமாக வேறொரு அறைக்குச் சென்ற பெரியவர் திரும்பி வரும்போது ஒரு சொம்பும் இரண்டு டம்ளர்களும் கொண்டுவந்தார். சொம்பில் மோர் இருந்தது.

குடிச்சிட்டு செத்த உக்காருங்கோ என்றார் பரிவுடன்.

இஞ்சி கலந்த மோர் மிகுந்த சுவையுடன் இருந்தது. சிறிது நேரம் அங்கு நிலவிய மௌனத்தைப் பெரியவரே கலைத்தார்.

ஏதோ வாட்டர் ப்ராஸஸ்னு சொன்னேளே, அதச் சொலுங்கோ . . .

இந்த வாய்ப்பை விட்டுவிடக் கூடாது என்று நினைத்தேன்.

மினரல் வாட்டர் தயாரிக்கற யுனிட் ஒண்ணு போடலாம்னு எங்க ரெண்டு பேருக்கும் ப்ளான். சிட்டிக்கு வெளில இடம் பாத்துக்கிட்டு இருந்தோம். உங்க ஞாபகம் வந்தது. போரூர்ல இருக்கற உங்க நிலத்துலயே பண்ணலாமேன்னு நினைச்சோம். அந்த இடத்தையும் போய்ப் பாத்துட்டு வந்தோம். ட்ரான்ஸ்போர்டேஷன், கரன்ட்டுன்னு எல்லா வசதியும் இருக்கு. அந்த நெலத்த லீஸுக்குக் கேட்டுப் பாக்கலாம்னு நெனச்சோம். அல்லது உங்களுக்கு விருப்பம் இருந்தா பார்ட்னராவும் சேந்துக்கலாம்.

பெரியவர் சிரித்தார்.

இதுக்கா இவ்வளவு தூரம் வந்தேள்? இத ஃபோன்லயே கேட்ருக்கலாமே. தாராளமா எடுத்துக்கோங்கோ. எனக்கு பார்ட்னரா இருக்கறதுலல்லாம் இண்ட்ரெஸ்ட் இல்ல. லீஸ் இத்யாதியெல்லாம் பின்னால பாத்துக்கலாம். நீங்க மொதல்ல ஆரம்பியுங்கோ. சுபஸ்ய சீக்ரம்ங்கறா மாதிரி பிஸினஸ்லயும் யோஜன வந்தப்பறம் ரொம்ப ஆறப் போடக் கூடாது.

மனதில் இருந்த இறுக்கம் சட்டென்று தளர்ந்தது. இவர் என்ன சொல்வாரோ என்று பயந்துகொண்டிருந்தோம். அவருக்கு எந்த விஷயத்தில் என்ன அணுகுமுறை இருக்கும் என்பதை யூகிக்க முடியாது. ஏதோ ஒரு காரணத்தால் அவருக்குப் பிடிக்காமல் போய்விட்டால் அவரை மாற்ற முடியாது என்று அவருக்கு நெருக்கமானவர்கள் எல்லாரும் பயமுறுத்தியிருந்தார்கள். அதனால்தான் தொலைபேசியில் எதுவும் சொல்லாமல் நேரிலேயே வந்து பேசிவிடலாம் என்று நினைத்தோம். இப்போது இவ்வளவு எளிதாக அவர் ஒப்புக்கொண்டது பெரிய ஆசுவாசமாக இருந்தது. நான் நண்பர் முகத்தைப் பார்த்தேன். அவர் உற்சாகம் முகத்தில் தெரிந்தது.

வாடகை . . . என்று இழுத்தார் நண்பர்.

அதெல்லாம் கெடக்கட்டும் ஸ்வாமி, நீங்க வேலைய ஆரம்பியுங்கோ.

நாங்கள் மீண்டும் ஒருவரை ஒருவர் பார்த்துக்கொண்டோம். பெரியவரே தொடர்ந்து பேசினார்.

ஒரு விஷயம் கவனிச்சேளா? கொளத்துலயும் கிணத்துலயும் அள்ளி அள்ளி குடிச்சிண்டிருந்த ஜலத்த இப்ப உற்பத்தி பண்ணி குடிக்க வேண்டிய நிலை வந்துடுத்து. மெட்ராஸ்லதான் ஒரு கொளத்தைக்கூட விட்டுவைக்காம எல்லா எடத்துலயும் பில்டிங் கட்டிட்டாளே. எங்கேந்து தண்ணி வரும்? போன வாரம் ஹிண்டுல ஒரு ஸ்டேட்டிஸ்டிக்ஸ் போட்ருந்தான். லாஸ்ட் ஹண்ட்ரட் இயர்ஸ்ல பெஞ்ச மழையோட ஆவரேஜ் போட்ருந்தான். அதப் பாக்கறப்ப ஒரு விஷயம் க்ளியரா தெரிஞ்சுது. மழையோட அளவுல பெரிய வித்தியாசம் இல்ல. ஆனால் அந்த மழையை நாம யூஸ் பண்ணிக்கற விதத்துல பெரிய டிஃபரன்ஸ் வந்துடுத்து. பாப்புலேஷன் ஜாஸ்தியாயிடுத்து. அதுக்கேத்த ப்ரிகாஷன் இல்ல. தண்ணி தேக்கிவைக்க குளம் இல்ல. கிணறு இல்ல. ஏரியெல்லாம் தூர்த்தாச்சு. வீட்ட சுத்தி மண் தரையே கடயாது. வெளிலயும் கடயாது. எப்படி மழத் தண்ணி நெலத்துக்குள்ள போகும்? எந்த ப்ளானும் இல்ல. எந்த விஷனும் இல்ல. சைன்ஸ் வளர்றது. கரண்டு கெடைக்கறது. கம்ப்யூட்டர் கெடைக்கறது. செல்ஃபோனும் கெடைக்கறது. ஆனா குடிக்க தண்ணி இல்ல. சுத்தமான சாப்பாடு இல்ல. எல்லாரும் கீபோர்டைக் கடிச்சு தின்னுங்கோ. நீங்க உற்பத்தி பண்ணப்போறேளே மினரல் வாட்டர், அது மட்டும் சுத்தமா இருக்கும்னு ஏதாவது கேரண்டி இருக்கா? நானும் குடிச்சிப் பாத்துருக்கேன். ஆண்டவன் புண்ணியத்துல, என் முன்னோர் செஞ்ச புண்ணியத்துல எனக்குக் கெணத்து ஜலம் வத்தாம இருக்கு. மெட்ராஸ்ல வந்தபோது குடிச்சி பாத்துருக்கேன். ஏதோ வித்தியாசமான டேஸ்டா இருக்கு. அதுல எனக்கு நம்பிக்கை இல்ல. இது மட்டுமில்ல. மாடர்ன் சைன்ஸ் சொல்ற பல விஷயத்துல எனக்கு நம்பிக்கை இல்ல. தடுப்பு ஊசி, அது இதுன்னுல்லாம் நான் மெனக்கெடறதில்ல. நமக்கு ஆலும் வேலும் பல்லுக்குறுதின்னு சொல்லிவச்சான். போதாக்குறைக்கு துளசி, மிளகு, சீரகம், வெந்தயம் இதல்லாம் இருக்கு. இந்த உடம்பைப் பாதுகாக்க இந்த விஷயங்கள் போதும். இந்த மண்ணுலேந்து கெடைக்கற ஜலத்த குடிச்சிட்டு, இயற்கை உரத்தைப் போட்டு வெளையற காய்கறிய சாப்டுட்டு ஒழுங்கான பழக்க வழக்கம் இருந்தா இந்த மருந்தே போதும். நீங்கள்ளாம் பாதி வெள்ளக்காராளா ஆயிட்டேள். அதுனால வெள்ளக்காரனுக்கு வர்ற நோயெல்லாம் உங்களுக்கு வரது. ஹிந்த் ஸ்வராஜ் நல்ல புக்குதான். அதுல காந்தி வெள்ளக்காரன் கல்ச்சர ஒரு புடி புடிக்கறார். வக்கீலோன்னோ? ப்ரமாதமா ஆர்க்யூ பண்றார்.

அதையெல்லாம் இன்னிக்கு யார் கேக்கறா? போச்சு சார், எல்லாம் போச்சு. நீங்க பண்ணுங்கோ. உங்க லைஃப் ஸ்டைலுக்கு அது முக்யம்தான். இனிமே மெட்ராஸ்ல நல்ல தண்ணி ஃப்ரீயா கிடைக்க சான்ஸே இல்ல. ஜலத்த வெச்சிண்டு அமோகமா சம்பாதிக்கலாம். நன்னா பண்ணுங்கோ . . .

ஒன்றும் பேசத் தோன்றவில்லை. நண்பர் பெரியவர் முகத்தையே ஆர்வத்தோடு பார்த்துக்கொண்டிருந்தார். பெரியவர் எங்கள் இருவரையும் கவனிக்கவில்லை. கொல்லையிலிருந்து மாடு குரல் கொடுத்தது. அந்தப் பக்கம் எட்டிப் பார்த்தவர், தோ வரேண்டா, செத்த இரு. விருந்தாளியெல்லாம் வந்துருக்காளோல்லியோ என்றார். அனிச்சையாக அறைக்குள் எட்டிப் பார்த்தேன். யாளி சிரித்ததுபோல் இருந்தது.

விடைபெறும் நேரத்தை நோக்கிப் பேச்சை எப்படிக் கொண்டுசெல்வது என்று யோசித்துக்கொண்டிருந்தேன். பெரியவர் எங்களைக் கவனிக்கவில்லை. அவர் கண்கள் சற்றே மேலே சொருகியிருந்தன. தொடர்ந்து பேசிக்கொண்டிருந்தார்.

இது சோழ மகாராஜா எங்க முப்பாட்டனுக்குக் கொடுத்த இடம். எங்களுக்குச் சொந்தமா நெறய நெலம், கோயில் எல்லாம் இருந்துது. எல்லாம் தேஞ்சு இப்ப இதுவும் நெலமும் வீடும் மட்டும்தான் மிஞ்சியிருக்கு. தோ இந்த ஸ்வாமியெல்லாம் என்னோட இருக்கா. இந்தப் பக்கமா போனாக்க முக்கு தாண்டினதும் ஒரு சின்னக் கோயில் அதுவும் எங்களோடதுதான். மூணு வேளை பூஜைக்கும் வெளக்கேத்தவும் ஏற்பாடு பண்ணியிருக்கேன். எங்க கொள்ளுத் தாத்தா ரொம்ப கம்பீரமா இருப்பராம். குதிரைலதான் எல்லா எடத்துக்கும் போவாராம். அவரோட அப்பா, முப்பாட்டனாரெல்லாம்கூட அப்படித்தானாம். எங்க ஃபேமலில ரெண்டு விஷயத்த விடாம பண்ணிண்ட்ருந்தா. ஒண்ணு வெவசாயம். ரெண்டு வேத அத்யயனம். இப்ப என் தலைமுறைல நான் வெவசாயத்தை மட்டும் பண்ணிண்ட்ருக்கேன். என் தம்பி நெலத்து பக்கமே வர மாட்டான். அவன் பசங்கள்லாம் மெட்ராஸ்லயும் லண்டன்லயும் இருக்கா. எனக்கு புள்ள பூச்சி எதுவும் இல்ல. அப்பப்ப சாஸ்த்ரிகளைக் கூப்பிட்டு வேதம் சொல்லச் சொல்லிக் கேப்பேன். ஏண்டா இந்த காலத்துல வந்து பொறந்தேனோன்னு இருக்கும். தனியா இருக்கும்போது கண்ணை மூடினா மண்டைக்குள்ள குதிரை கனைக்கற சத்தமும் வேத கோஷமும் வயல்ல பல பேர் வேல செய்யற ஓசைங்களும் கேட்டுண்டே இருக்கும். கண்லேந்து பல பலன்னு தண்ணி கொட்டும். அப்ப இந்த மாடுகள் கத்தற சத்தம்தான் ஆறுதலா இருக்கும். அழாதேன்னு

சொல்றாப்ல இருக்கும் . . . கண்ணே தொறக்காம அப்படியே போயிடணும்னு தோணும் . . .

பெரியவர் குரல் கம்மியது. பேச்சு நின்றது. மதிய வெயில் கூடத்துக்குள் விழ ஆரம்பித்திருந்தது. காற்றின் ஓசையைத் தவிர வேறு எந்த ஓசையும் கேட்கவில்லை. எனக்குப் பசிக்க ஆரம்பித்திருந்தது. நண்பரைப் பார்த்தேன். அவர் என்னைப் பார்த்தார். இருவரின் கண்களும் ஒரே செய்தியைப் பரிமாறிக் கொண்டன. நான் மெல்ல எழுந்தேன். நண்பரும் எழுந்தார்.

வீட்ட சுத்திப் பாருங்கோ, சாப்டுட்டுப் போலாம் என்றார் பெரியவர் எழுந்துகொண்டே.

பரவாயில்ல. காத்தால சாப்டதே இன்னும் வயத்துல ஃபுல்லா இருக்கு. நாங்க கௌம்பறோம்.

நீங்க ஒரு வாட்டி மெட்ராஸ் வர வேண்டியிருக்கும் என்றேன்.

அதுக்கென்ன வந்தா போச்சு. இன்னும் ரெண்டு மூணு மாசத்துக்கு பெரிசா வேல இருக்காது.

நாங்கள் வாசலை நோக்கி நடக்க ஆரம்பித்தோம்.

வீட்டப் பாக்காம போறேளே . . .

இன்னொரு வாட்டி வர்றப்ப சாவகாசமா தங்கிட்டு போறோம். இப்ப டயமில்ல. கும்பகோணம் ஸ்டேட் பேங்க்ல என் ஃப்ரெண்ட் இருக்கான். அவனைப் பாக்க வரோம்னு சொல்லியிருந்தேன்.

தற்செயலாகப் பின்புறம் திரும்பிப் பார்த்தேன். கொல்லைப்புறத்தினூடே தெரிந்த வயல் வெளிக்கு அப்பால் ஒரு ரயில் ஓடியதைப் பார்க்க முடிந்தது. அந்த ரயில் சிறு மலைத் தொடர்போலக் காட்சியளித்தது. அதையே சில வினாடிகள் பார்த்துக்கொண்டிருந்தேன். குதிரைகளின் கனைப்பு காதுக்குள் ஒலித்தது. கோயில் சிலைகள் இருக்கும் அறையை ஒருமுறை எட்டிப் பார்த்தேன்.

உங்களுக்கு ஒண்ணும் குடுக்காம அனுப்பறேன்னு கஷ்டமா இருக்கு. சொல்லிட்டு வந்திருக்கப்படாதா?

பரவால்ல. சாப்பாடு என்ன பெரிய விஷயம்? உங்களப் பாத்ததே சந்தோஷம்.

டீகூட குடிக்கல. குமுட்டி டீன்னதும் பயந்துட்டேள் . . . பெரியவர் சிரித்தார்.

நாங்களும் சிரித்தோம்.

மண்ணும் கல்லும் நிறைந்த பாதையைக் கடந்து வாசலுக்கு வந்தோம். சாலை ஆளரவமற்று இருந்தது. வெயில் சாலையின் மீது வெள்ளிச் சரிகையைப் போர்த்தியிருந்தது. வானம் நிர்மலமாக இருந்தது. கோயிலில் மணி அடிக்கும் சத்தம் சன்னமாகக் கேட்டது. திடீரென்று சாலையின் எதிர்ப்புறத்திலிருந்து யாரோ எதையோ தட்டும் சத்தம் கேட்டது. அந்தப் பக்கம் திரும்பினேன். ஒரு வீடு கண்ணில் பட்டது. சத்தம் வீட்டுக்குள்ளிருந்துதான் வந்தது. மீண்டும் சத்தம் கேட்டது. சத்தம் வரும் வேகம் அதிகரித்தது. நேரம் ஆக ஆக வேகம் மேலும் அதிகரித்தது. தூரத்தில் வரும் குதிரையின் குளம்பொலிபோலச் சத்தம் கேட்டது. அந்தத் திசையையே உற்றுப் பார்த்துக்கொண்டிருந்தேன். குளம்பொலி அருகில் கேட்டது. மிக அருகில் கேட்டது. பலத்த ஓசையுடன் முகத்தில் காற்றடித்தது. மறுபுறம் திரும்பினேன். வானம் சுழன்றது. மரங்கள் சுற்றி வந்தன. நண்பர் மர நிழலில் ஒரு குதிரைக்குப் பக்கத்தில் நின்றிருந்தார். அந்தக் குதிரையின் முகம் யானையைப் போல இருந்தது. போகலாமா என்று சாரதி கேட்டார். நான் அவர்களை நெருங்கியதும் ஓட்டுநர் வண்டியைக் கிளப்பினார். காற்று முகத்தில் மோதித் தலையைக் கலைத்தது. நான் அனிச்சையாகத் திரும்பிப் பார்த்தேன். தூரத்தில் அந்த வீடு தனியாகத் தெரிந்த்து.

***தி இந்து* பொங்கல் மலர், 2014**

பிறகு பார்க்கவே இல்லை

அதன் பிறகு அவரை பார்க்க முடியாமலேயே போகும் என நினைத்துப் பார்த்ததில்லை. சுடர் விட்டுப் பிரகாசித்த ஒளி தன் சோபை இழந்து நெருப்பின் சிறு தீற்றலை மட்டும் தக்கவைத்துக்கொண்டிருக்கும் நிலையைக் காணச் சகியாத என் ஆழ்மனம் போட்ட திட்டமாக இருக்கலாம். ஆனால் புற்று நோயைச் சுமந்துகொண்டு அவர் தன் வாழ்நாளை எண்ணிக்கொண்டிருப்பதைக் கேள்விப்பட்ட பிறகும் பார்க்க முடியாமல் தடுத்தது எது? துளியும் வெறுப்போ கசப்போ இல்லாத ஆழ்ந்த வருத்தத்திற்கு இத்தனை வலிமை உண்டா? அன்றாட வாழ்வின் பிடுங்கல்களில் நாம் தவறவிடும் அரிய அனுபவங்களிலும் செய்யத் தவறும் கடமைகளிலும் ஒன்றா இது? இப்படியெல்லாம் புறக் காரணங்களைச் சொல்லித் தப்பித்துக்கொள்ள முடியுமா? மனம் அப்பிடித்தான் செய்கிறது.

அவருடைய பெண்ணுக்குக் கல்யாணம். குழந்தையாக இருக்கும்போது அவளைப் பார்த்திருக்கிறேன். 15 ஆண்டுகளுக்குப் பிறகு மீண்டும் பார்க்கிறேன். தந்தையை நினைவுபடுத்தும் முகம். இளம் வயதிலேயே மன முதிர்ச்சியை வெளிப்படுத்தும் அமைதியான தோற்றம். அறிவின் தீட்சண்யம், கூர்ந்து கவனிக்கும் காதுகள், அளவான பேச்சு. எனக்குத் தொண்டை அடைத்தது. இந்த

முகம் எனக்கு மிகவும் அறிமுகமானது. இந்தப் பார்வை, இதே புன்னகை. 23 ஆண்டுகளுக்கு முன்பு இளமாலைப் பொழுது ஒன்றில் நண்பர்களுடன் சென்று பார்த்து வியந்த அதே முகம். காலம் அசையாமல் நின்றது. மனம் நழுவியது. உதடுகள் சொற்களை உதிர்க்கவில்லை. அந்தப் பெண்ணின் பார்வையில் மாற்றம் தெரிந்தது. நான் சுதாரித்துக்கொண்டு நிகழ்கணத்துக்கு வந்தேன்.

திருமணத்திற்கு ஒரு மாதம் இருக்கையில் எதிர்பாராத சம்பவம் எதிர்பார்த்தபடியே நடந்துவிட்டது. அவர் மிகவும் எதிர்பார்த்திருந்த இந்தத் திருமணம் தள்ளிப்போவது அவரது விருப்பத்துக்கு விரோதமானதாக இருக்கும் என்பதால் திருமணத்தைத் திட்டமிட்டிபடி நடத்த இரு வீட்டாரும் முடிவு செய்து விட்டார்கள். அவருடைய மனைவி என்னுடைய முகவரியைத் தேடிக்கொண்டிருந்ததாகக் கேள்விப்பட்டு உடனே அவர் முகவரியைப் பெற்றுப் பார்க்கச் சென்றுவிட்டேன். கேயார் இறந்தபோது நான் ஊரில் இல்லை. ஆனால் கடந்த ஒன்றரை ஆண்டுகளாக அவர் இதே ஊரில்தான் உடல் நிலை சரியில்லாமல் இருந்தார். போய்ப் பார்க்க வேண்டும் என்று நினைத்தேன். முதலில் தனியாகச் செல்ல வேண்டும்; பிறகு மனைவி, குழந்தைகளை அழைத்துச் செல்ல வேண்டும் என்று திட்டமிட்டிருந்தேன்.

அந்தச் சந்திப்பைப் பற்றிப் பலவாறாகக் கற்பனை செய்துவைத்திருந்தேன். இரண்டு நாட்களுக்கு ஒருமுறை சந்தித்துச் சலிக்கச் சலிக்கப் பேசிக்கொண்டிருந்த நாட்கள் மன அரங்கில் உயிர்பெற்றன. இந்தப் பதினைந்து ஆண்டுகளில் நான் செய்த பயணங்களை அவரிடம் சொல்லவே ஒருநாள் போதாது. அவர் முற்றிலும் எதிர்பாராத ஒரு இடத்தில் இன்று நான் இருப்பதை அவர் எப்படி எடுத்துக்கொள்வார்? அரசியலில் அவரது நிலைப்பாட்டுக்கு நேர் எதிர்த் திசையில் அல்லது நெருங்க முடியாத தொலைவில் நான் நிற்கிறேன். இதை அவர் எப்படிப் பார்ப்பார்? ஒருவேளை அவரும் மாறியிருப்பாரா? மாறவில்லை எனில் என்னோடு விவாதிப்பாரா? வாதம் செய்து பிறரை மாற்றுவதில் நம்பிக்கை கொண்டவர் அல்ல. என்னுடைய மாற்றத்தின் காரணிகளைப் புரிந்துகொள்வதில் கவனம் செலுத்தியிருப்பார். சில கேள்விகளை மட்டும் கேட்டிருக்கக்கூடும்.

தத்துவங்களைப் பற்றிப் படித்துக்கொண்டிருந்த சமயம் அது. படித்ததை வைத்து என் எண்ணங்களை அவரிடம்

பகிர்ந்துகொண்டிருக்கிறேன். தத்துவங்களுக்கிடையேயான சிக்கலான முரண்பாடுகளை அழகாக நீவிவிடுவார். குழம்பிய பாதைகள் தெளிவடையத் தொடங்கும். படித்த வரிகளின் மேல் புதிய வெளிச்சம் பாயும். புதிய நோக்கின் பரவசத்தில் நான் ஆழ்ந்திருக்கும்போது முற்றிலும் வேறொரு கோணத்திலிருந்து அவர் சொல் என்னைக் கலைக்கும்.

தத்துவங்களைப் படிப்பதுடன் அந்தந்தத் தத்துவ நூல்களை எழுதிய ஆசிரியர்களின் வாழ்க்கை வரலாறுகளையும் படி. அவர்கள் வந்து சேர்ந்த இடத்திற்கு அவர்கள் எப்படி வந்து சேர்ந்தார்கள் என்பதை அவை உனக்குக் கற்றுத்தரும். தத்துவங்களை முற்றிலும் புதிய கோணத்தில் பார்க்கும் வாய்ப்பை இவை உனக்குத் தரும் என்பார் அவர்.

வாழ்க்கை வரலாறுகள் மீது அதிக ஆர்வம் இருந்ததில்லை. அவர் சொன்னதை உடனே ஏற்றுக்கொள்வதில் எனக்கு மனத்தடை இருந்தது. நான் எதுவும் பேசவில்லை. இப்போது நான் அவரைச் சந்தித்திருந்தால் நான் எங்கே இருக்கிறேன் என்பதைவிட எப்படி அங்கே வந்தேன் என்பதில்தான் அவர் கவனம் குவிந்திருக்கும்.

அவர் கேட்பதாக அனுமானித்துக்கொண்டு அந்தக் கேள்விகளை நானே எனக்குள் பலமுறை எழுப்பிக்கொண்டிருக்கிறேன். படித்த சில நூல்கள், சந்தித்த சில நபர்கள், உரையாடல்கள், அனுபவங்கள் நாட்டு நடப்புகள், அவை சார்ந்த பலதரப்பட்ட செய்திகள், அலசல்கள், விவாதங்கள் மன வெளியில் அசையத் தொடங்கின. வெவ்வேறு சந்தர்ப்பங்களில் நுணுகிநுணுகி ஆராய்ந்ததில் என் கேள்விகளினூடான பயணம் ஒரு புள்ளியில் குவிமையம் கொண்டது.

கேயார் ஒருமுறை ஜித்து கிருஷ்ணமூர்த்தியின் உரையாடல்கள் நூலைக் கொடுத்தார். என் அணுகுமுறையை அந்த நூல் மாற்றியது முடிவுகளை முன்வைத்தோ, தரப்புகளை வலியுறுத்தியோ வாதிடும் பழக்கத்திலிருந்து விடபட்டுக் கேள்விகளினூடான பயணமே உண்மையை நோக்கி இட்டுச் செல்லும் என்பதை உணர்த்திய நூல். உண்மையின் மீது ஏற்றப்பட்டுள்ள பாவனைகள், படிமங்கள் சுயநலம் சார்ந்த கற்பனைகள், எதிர்பார்ப்புகளின் சுமைகள், ஆசைகளின் சுமைகள் ஆகியவற்றை ஊடுருவிச் செல்லக் கேள்விகளை எப்படிப் பயன்படுத்துவது என்பதைக் கற்றுத்தந்த நூல் அது. பார்க்கப் போனால் கேயாரின் அணுகுமுறையும் அதுதான்.

அந்த அணுகுமுறை கூர்மையும் வலிமையும் பெற்றுவந்ததன் விளைவாகவே என்னுள் மாற்றங்கள் நிகழ்ந்துகொண்டிருக்கின்றன.

உன் மாற்றம் எப்படி நிகழ்ந்தது என்று கேயார் கேட்டிருந்தால் அதன் தொடக்கப் புள்ளி நீங்கள்தான் என்று சொல்ல வேண்டும் உங்கள் பாதையும் என் பாதையும் இன்று வேறுவேறாக இருக்கலாம். ஆனால் அந்த மாற்றத்திற்கு விதை போட்டது நீங்கள்தான் என்று சொல்ல வேண்டும் என்ற வாக்கியம் தந்த பரவத்தில் சில கணங்கள் மிதந்துகொண்டிருந்தேன்.

அந்தப் பரவசம்கூட என் நேரத்தை அவருக்காக ஒதுக்க உதவவில்லை. பெரும் நெருக்கடியில் உழன்ற நாட்கள். லௌகீக வாழ்வைத் தாண்டிய திட்டங்களையும் கனவுகளையும் அரித்துக்கொண்டிருந்த நாட்கள் அவை. நாளை நாளை எனத் திட்டங்கள் பின்வாங்கிக்கொண்டிருந்த காலம் அது. விரைவில் விரைவில் என மனம் அரற்றிக்கொண்டிருந்தது. ஆனால் முயற்சிகள் முனைப்புக் கொள்ளவில்லை. உண்மையிலேயே நினைத்திருந்தால் நடந்திருக்கக்கூடிய சந்திப்புதான் அது என்பது மனத்துக்குப் புரிந்தே இருந்தது. எப்படியும் சந்தித்துவிட வேண்டும் என்ற வேட்கையும் சந்திப்பைத் தள்ளிப்போடும் தயக்கமும் ஒருசேர எனக்குள் இயங்கிக்கொண்டிருந்தன. உடல் நிலை சரியில்லாதவர்களைப் போய்ப் பார்க்க வேண்டும் என்றால் அதைத் தள்ளிப்போடவே கூடாது என்பதை அனுபவங்களின் வாயிலாகத் தெரிந்துகொண்டிருந்த நிலையிலும் இந்த ஊசலாட்டத்தை வெல்ல முடியவில்லை. மாறுபட்ட இந்த சக்திகள் இருபுறமும் அழுத்தியதில் என் செயலாக்கமும் அசைவின்றி நின்றுவிட்டதுபோல.

ஏதோ ஒரு புள்ளியில் தயக்கம் உடைபட்டு அந்தச் சந்திப்பு நிகழ்ந்திருக்கலாம். அவரோடு பேசியிருக்கலாம். என் தற்போதைய மாற்றத்திற்கு மட்டுமல்ல, என் வாழ்வின் பல விஷயங்களுக்கும் நீங்களே காரணம் என்ற நன்றியைச் செலுத்தியிருக்கலாம். பெரும் துயரத்துக்கு நடுவில் சிறு ஆறுதலை அவருக்கு இந்தச் சொற்கள் தந்திருக்கக்கூடும். ஆனால் எதுவும் நடக்கவில்லை. அந்த வாய்ப்பு நிரந்தரமாக என்னை விட்டு நழுவிவிட்டது. அந்தக் குற்ற உணர்விலிருந்து நான் தப்ப முடியுமா?

அப்பாவுடன் பொது விஷயங்கள், அரசியல் பற்றியெல்லாம் பேசுவாயா என்று கேட்டேன். சிறு புன்னகையுடன் தலையாட்டி னாள். நான் மணிக்கணக்கில், நாட்கணக்கில் பேசியிருக்கிறேன் என்றேன். ஆச்சரியத்தில் அவள் கண்கள் விரிந்தன. பல

விஷயங்களை அவரிடமிருந்ததுதான் கற்றுக் கொண்டேன் என்றேன். அந்தப் பெண்ணின் முகத்தில் அவள் தந்தையின் முகம் தோன்றி மறைந்தது. கடைசி மூச்சுவரை மறக்க முடியாத முகம் அது. கேயாரின் மனைவியின் கண்கள் பனித்தன. நான் பேச்சை மாற்றினேன்.

தயக்கத்தை உடைத்துவிட்டுப் போயிருந்தாலும் கூட கேயாரிடம் பேசியிருக்க முடியாது. அவர் இறந்து பல மாதங்கள் கழிந்த பிறகே அதை அறிந்துகொண்டேன். கேயாரின் கடைசி மாதங்களில் அவரை அடிக்கடி சென்று பார்த்துவிட்டு வந்த கிருஷ்ணாவைச் சந்தித்தேன். கேயார் எப்படி இருந்தார், பழையபடி பேசினாரா என்று கேட்டேன். ஐந்து நிமிடங்களுக்கு மேல் அவரால் உட்காரவோ பேசவோ முடியவில்லை. கண்களை மூடிப் படுத்துக்கொள்வார். நான்தான் பேசிக்கொண்டிருப்பேன். பத்து நிமிடங்களுக்குப் பிறகு அதுவும் முடியாது. அவர் நிலைமை அப்படி இருந்தது என்றார் கிருஷ்ணா.

என்னால் அந்தக் கேயாரைக் கற்பனை செய்துபார்க்க முடியவில்லை. தொண்டை அடைத்தது. மனம் வெறுமையானது. நீங்கள் போகும்போது என்னையும் கூட்டிக்கொண்டு போயிருக்க லாமே என்றேன். கிருஷ்ணா இதுபோன்ற கேள்விக்கெல்லாம் அசர மாட்டார். உன்னையே இரண்டு வருஷம் கழித்து இப்போதுதான் பார்க்கிறேன் என்றார். அவர் அடையாறில் இருந்தது உனக்கு தெரியாதா? உன் அண்ணன் சொல்லவில்லையா?

நான் பேசாமல் இருந்தேன். நான் கேயாரைப் பார்க்காமல் இருந்ததற்கு நான் மட்டும்தான் காரணம். கிருஷ்ணாவை மேலும் பேசவிட்டால் என் குற்ற உணர்வைக் குத்திக் கிளறிப் பெரிதாக்கி விடுவார். அவருடைய தர்க்கத்துக்கு முன் பாவனைகளும் உணர்ச்சிகளும் உயிரிழந்துவிடும்.

போக வேண்டும் என்று நினைத்தபோது பேச முடியாது என்ற சாத்தியத்தை நான் நினைத்துக்கூடப் பார்த்ததில்லை. புற்றுநோய் வந்த யாரையும் நான் பார்த்ததில்லை. 15 ஆண்டுக் கதையை விஸ்தாரமாகப் பேசக்கூடிய எதிர்பார்ப்பை வளர்த்துக் கொண்ட முட்டாள்தனத்தைப் பின்னாளில் உணர்ந்தேன். இப்படி இருக்கிறார் என்று தெரிந்திருந்தால் கண்டிப்பாகப் போய்ப் பார்த்திருப்பேன். இதுவும் குற்ற உணர்விலிருந்து தப்பிப்பதற்காக மனம் போடும் நாடகம். கேயார் போன்ற ஒருவர், பல ஆண்டுக்காலம் வெளியூரில் இருந்தவர் இப்போது உடல் நலமில்லாமல் இருக்கிறார் என்றால் அவரைப்

பார்ப்பதற்கு வேறு எந்தக் காரணமும் தேவையில்லை. அவரோடு நெருங்கிப் பழகாதவர்கள்கூட இந்தச் சமயத்தில் அவரைப் பார்த்துவிட்டு வந்திருப்பார்கள். வேறு யாரைவிடவும் அவருக்கு நெருக்கமானவனாக என்னைக் கற்பித்துக்கொண்ட நான் எந்தக் காரணத்தை முன்னிட்டும் அதைத் தவிர்த்திருக்க வேண்டும் என்பதற்கு எந்த நியாயமும் இல்லை.

மனதில் சுய வெறுப்பும் விமர்சனமும் பொங்கிக் கொண்டிருக்கும் நேரத்தில் ஆழ் மனதின் சலனங்கள் ஒப்பீட்டளவில் அமைதியாகவே இருந்தது உணர முடிந்தது. அணுகிப் பார்க்கையில் அந்தச் சலனங்களின் தோற்றங்கள் முற்றிலும் புதிய முகம் காட்டின. அன்றாட வாழ்வின் நெருக்கடிகள் மட்டும்தான் காரணமா? அவரைப் பார்ப்பதற்கு எனக்கு ஏற்பட்ட தயக்கத்துக்கும் அவருடனான என் நெருக்கத்துக்கும் ஏதேனும் தொடர்பு இருக்கிறதா? அவர் ஊரைவிட்டுப் போவதற்கு முன் அவர் ஆளுமையில் ஏற்பட்ட சறுக்கல்களுக்கும் இதற்கும் தொடர்பு இருக்கிறதா? ஆழமான நெருக்கம், ஆழமான ஏமாற்றம் ஆகிய இரண்டும் ஒரே சமயத்தில் ஒரே விதமான வலிமையான வலியுடன் இருந்ததுதான் தயக்கத்துக்குக் காரணமாக இருக்கலாம்.

அச்சிடப்பட்ட நூலின் பிழைகளை ஆற்றாமையுடன் பார்த்துக்கொண்டிருப்பதுபோல் இந்தக் கேள்விகளைப் பார்த்துக்கொண்டிருந்தேன். இனிக் கேள்விகள்தான் மிஞ்சும். கேள்விகளினூடே உண்மையை உணரும் பயணம்கூட சாத்தியமில்லை. சுடருடன் பிரகாசித்த திரியை மங்கிய தணலாகவோ கருகலின் எச்சமாகவோ பார்க்க விரும்பவில்லை. புற்றுநோய்தான் அவருக்கு வந்த பெரிய அபாயமா? யாரிடமும் சொல்லிக்கொள்ளாமல் கண் காணாத இடத்திற்குக் கிளம்பிச் சென்று 15 ஆண்டுகள் அஞ்ஞாத வாசம் புரிய வைத்த காரணி எது? அந்தக் காரணிக்கும் அவருடனான என் உறவின் ரசாயனத்துக்கும் தொடர்பு ஏதும் இல்லையா? முதுகெலும்பு வளையாமல், மடித்த கால்கள் நெளியாமல் அமர்ந்து பேசிக்கொண்டிருந்தவரைத் தலைகுனிய வைத்த காரணி எது? இரண்டு மணிநேரமே தூங்கினாலும் ஒளி குன்றாத முகத்துடன் விடியலை வரவேற்ற முகம் தன்னை ஒளித்துக்கொள்ளத் தூண்டியது எது?

அவருடைய முகம் மிகவும் சுருங்கி, சுண்டியிருந்தது என்று கிருஷ்ணா கூறியது நினைவுக்கு வருகிறது. அந்த முகத்தை என்னால் பார்த்திருக்கவே முடியாது. இறுதிச் சடங்கு நடந்தபோது நான் 100 கிலோமீட்டர்களுக்கு அப்பால் இருந்ததும் ஒரு விதத்தில் நல்லதுதான்.

கிளம்பும்போது அந்தப் பெண் வாசல்வரை வந்து வழியனுப்பினாள். அப்பாவின் பண்பு. வாசலில் நின்று சிறிது நேரம் பேசிக்கொண்டிருந்தோம். திருமணத்திற்குப் பிறகு எங்கே வாசம் என்று கேட்டேன். அமெரிக்கா என்று பதில் வந்தது. மீண்டும் அந்தப் புன்னகை. உன்னைப் பார்க்கும்போது உன் அப்பாவைப் பார்ப்பதுபோல் இருக்கிறது என்றேன்.

கேயார் என்னைப் பார்த்துப் புன்னகைத்தார். 23 ஆண்டு களுக்கு முன்பு பார்த்த அதே முகம். அதே சிரிப்பு. அதே பார்வை.

மலைகள்.காம், 2014